ഡോ. അശോക് ഡിക്രൂസ്

കൊല്ലം ജില്ലയിലെ മുണ്ടക്കൽ സ്വദേശി. മലയാളസാഹിത്യത്തിലും വിദ്യാഭ്യാസത്തിലും ബിരുദാനന്തരബിരുദം. വിദ്യാഭ്യാസത്തിൽ എം. ഫിൽ. ബിരുദം. പ്രീ സ്കൂൾ കുട്ടികളിലെ ഭാഷയും സർഗാത്മകചിന്തയും വളരുന്നതിൽ സംസ്കാരത്തിന്റെ സ്വാധീനം എന്ന വിഷയത്തിൽ കണ്ണൂർ സർവകലാശാലയിൽനിന്ന് ഡോക്ടറേറ്റ് ലഭിച്ചു.

ഇപ്പോൾ തുഞ്ചത്ത് എഴുത്തച്ഛൻ മലയാളസർവകലാശാല സ്കൂൾ ഓഫ് ക്രിയേറ്റീവ് റൈറ്റിംഗിൽ ഡയറക്ടറാണ്. കേരള സർക്കാർ സാംസ്കാരിക വകുപ്പിനു കീഴിലുള്ള മലയാളം മിഷൻ ഏർപ്പെടുത്തിയ 2020ലെ മലയാളഭാഷാ പ്രതിഭാ പുരസ്കാരം നേടി. മലയാളഭാഷയെ സാങ്കേതികവിദ്യാസൗഹൃദമാക്കുന്നതിനുള്ള മികവിനാണ് പുരസ്കാരം ലഭിച്ചത്. നിശാഗന്ധി, 3ജി, മോഹം എന്നിങ്ങനെ മൂന്ന് ഹ്രസ്വചിത്രങ്ങൾ തിരക്കഥയെഴുതി സംവിധാനം ചെയ്തു. 'നിശാഗന്ധി'ക്ക് പൊതുവിദ്യാഭ്യാസവകുപ്പിന്റെ 'കാഴ്ച' ചലച്ചിത്രമേളയിൽ (2009) മികച്ച സംവിധായകനുള്ള അവാർഡ് ലഭിച്ചു.

ദൈവം ഇപ്പോൾ എന്തു ചെയ്യുകയായിരിക്കും, ആരും സംശയിക്കാത്ത ചിലർ (കഥാസമാഹാരങ്ങൾ) ജംഗിൾ ബുക്ക്, ടൈം മെഷീൻ, ആദമിന്റെയും അവ്വയുടെയും ഡയറിക്കുറിപ്പുകൾ, മാന്ത്രികച്ചെപ്പ്, ശിലാഹൃദയരുടെ ചിരിമുഴക്കം, ഉന്മാദിയുടെ യാത്ര (പരിഭാഷകൾ) ആറ് കുട്ടിപ്പടങ്ങൾ, ഓർമയുടെ അവകാശികൾ, ആകാശപ്പറവകൾ (ബാലസാഹിത്യകൃതികൾ) പെൻഡുലം, . ഒറ്റപ്പെട്ടവന്റെ സുവിശേഷം (നോവലുകൾ) മലയാള ഗവേഷണം: ചരിത്രവും വർത്തമാനവും, മലയാള ഗവേഷണം: റഫറൻസിന്റെ രസതന്ത്രം, ഗവേഷണത്തിന്റെ രീതിയും നീതിയും, മലയാള ഗവേഷണം: അകവും പുറവും, ഗവേഷണവും പ്രസാധന നൈതികതയും (ഗവേഷണകൃതികൾ) എന്നിവ ഉൾപ്പടെ 24 പുസ്തകങ്ങൾ എഴുതിയിട്ടുണ്ട്.

സാംസ്കാരികവകുപ്പിനു കീഴിലുള്ള മലയാളം മിഷൻ ഏർപ്പെടുത്തിയ 2020ലെ മലയാളഭാഷാ പ്രതിഭ പുരസ്കാരം, 2020ലെ പി. എൻ. പണിക്കർ ബാലസാഹിത്യ പുരസ്കാരം (കൃതി: ആകാശപ്പറവകൾ), 2020ലെ മലയാറ്റൂർ നോവൽ പുരസ്കാരം, 2020ലെ രാജലക്ഷ്മി നോവൽ പുരസ്കാരം, 2018ലെ പോഞ്ഞിക്കര റാഫി നോവൽ പുരസ്കാരം (നോവൽ: പെൻഡുലം), 2017ലെ മാർത്തോമ്മാ യുവദീപം കഥാ പുരസ്കാരം, 2005ലെ പൂന്താനം കഥാപുരസ്കാരം, പൊതുവിദ്യാഭ്യാസ വകുപ്പിന്റെ വിദ്യാരംഗം കഥാ പുരസ്കാരം (2011), തിരക്കഥാ പുരസ്കാരം (2009) എന്നിവ ലഭിച്ചിട്ടുണ്ട്.

മേൽവിലാസം: ഡയറക്ടർ, സ്കൂൾ ഓഫ് ക്രിയേറ്റിവ് റൈറ്റിംഗ്, തുഞ്ചത്തെഴുത്തച്ഛൻ മലയാളസർവകലാശാല, തിരൂർ– 676502
മെയിൽവിലാസം: drashok@temu.ac.in

Malayalam Language
Mayilpeeliyum Koottukarum
(Children's Literature)
by
Dr. Ashok Decruz
♦
Published in August 2022
by Kairali Books Private Limited
Thalikkavu Road, Kannur.
Ph : 0497-2761200
E-Mail : Kairalibooksknr@gmail.com
♦
Cover Design
Prasanth Mangad
♦
Illustration
Smijesh Kaappa
♦

Price ₹ : 160.00
24/22-23/Sl.No.1329/500/NS 18.6
ISBN 978-93-49727-79-3

മയിൽപ്പീലിയും കൂട്ടുകാരും

ഡോ. അശോക് ഡിക്രൂസ്

കൈരളി ബുക്സ്

1

ണിം... ണിം... ണിം...

മണിയൊച്ച കേട്ടതോടെ യശോദ ടീച്ചർ ഹാജർ ബുക്കുമെടുത്ത് 9 ബി ക്ലാസിനെ ലക്ഷ്യമാക്കി നടന്നു.

"അല്ല, ടീച്ചർ ഹാജർ ബുക്കും കൊണ്ട് എവിടേക്കാ?"

ബാബു മാഷ് ആകാംക്ഷ മറച്ചുവച്ചില്ല. ബാബു മാഷിന്റെ അപ്രതീക്ഷിത ചോദ്യം കേട്ടതോടെ യശോദ ടീച്ചർ ഒരു നിമിഷം അവിടെത്തന്നെ നിന്നു.

"പരീക്ഷ കഴിഞ്ഞ കാര്യമൊക്കെ എനിക്ക് ഓർമ്മയുണ്ട് മാഷേ. ഇന്ന് എന്റെ ഔദ്യോഗിക ജീവിതത്തിലെ അവസാന ദിവസം ആണല്ലോ അതുകൊണ്ട് അവസാനമായി ഒരിക്കൽക്കൂടി എന്റെ പ്രിയപ്പെട്ട ക്ലാസ്സിലേക്ക് പോയി വരാമെന്ന് കരുതി."

യശോദ ടീച്ചർ പറയുന്നത് കേട്ട് കുമാരൻ മാഷും അവിടേക്ക് ചെന്നു.

"ടീച്ചർ 9 ബിയിലേക്ക് ചെല്ലൂ... അവിടെ, മുഴുവൻ കുട്ടികളും ടീച്ചറെ കാത്തിരിക്കുകയാണ്."

കുമാരൻ മാഷിന്റെ വാക്കുകൾ കേട്ട് യശോദ ടീച്ചറുടെ കണ്ണു നിറഞ്ഞു. പിന്നീട് അവർക്കിടയിൽ സംഭാഷണങ്ങളൊന്നും നടന്നില്ല. യശോദ ടീച്ചർ മുന്നോട്ടു നടന്നു.

അതിനിടയിൽ, അപ്രതീക്ഷിതമായെത്തിയ ചാറ്റൽമഴ യശോദ ടീച്ചറുടെ കണ്ണുനീർ മായിച്ചു കളഞ്ഞു.

ടീച്ചർ ചെന്നുകയറിയതോടെ ക്ലാസ്മുറി നിശബ്ദമായി. യശോദ ടീച്ചറുടെ ഓരോ വാക്കുകൾക്കും കാതോർക്കുകയായിരുന്നു 9 ബി

യിലെ കുട്ടികൾ. ആ കുട്ടികൾക്ക് അത്രമാത്രം പ്രിയപ്പെട്ടതായിരുന്നു അവരുടെ ക്ലാസ് ടീച്ചർ. യശോദ ടീച്ചർ യാന്ത്രികമായി ഹാജർ പുസ്തകം തുറന്നു വച്ചെങ്കിലും ടീച്ചറുടെ ഓർമ്മ പുസ്തകത്തിൽ രേഖപ്പെടുത്തിയിരുന്ന പേരുകൾ ഓരോന്നായി വിളിക്കാൻ തുടങ്ങി. ആ ക്ലാസിലെ ഓരോ കുട്ടിയുടെയും പേര് ടീച്ചർക്ക് മനപ്പാഠമായിരുന്നു. പേരുവിളിച്ച ഓരോ കുട്ടികളും എഴുന്നേറ്റ് നിന്നതല്ലാതെ ആരും ഇരുന്നില്ല. കുട്ടികളുടെ പേര് വിളിക്കുമ്പോൾ യശോദ ടീച്ചർ ആരെയും മുഖമുയർത്തി നോക്കിയില്ല. അതുകൊണ്ടുതന്നെ കുട്ടികൾ ഓരോരുത്തരായി എഴുന്നേറ്റ് നിൽക്കുന്നത് ടീച്ചർ ശ്രദ്ധിച്ചതുമില്ല.

ഹാജർ പുസ്തകത്തിലെ ഏറ്റവുമൊടുവിലെ പേരുകാരി ഉമ്മുക്കുലുസു ആയിരുന്നു. ഏറ്റവും ഒടുവിൽ എഴുന്നേറ്റ് നിന്നതും ഉമ്മുക്കുലുസു തന്നെ. ഉമ്മുക്കുലുസുവിന്റെ ഏങ്ങലടി ശബ്ദം കേട്ടുകൊണ്ടാണ് യശോദ ടീച്ചർ മുഖമുയർത്തി നോക്കിയത്.

അതൊരു അമ്പരപ്പിക്കുന്ന കാഴ്ചയായിരുന്നു. 9 ബി ക്ലാസിലെ മുഴുവൻ കുട്ടികളും എഴുന്നേറ്റ് നിൽക്കുന്നു. മാത്രമല്ല, ഏതാണ്ട് എല്ലാവരും തന്നെ നിശബ്ദമായി കരയുന്നുമുണ്ട്.

“ഇനിയും ഈ ക്ലാസിൽ തന്നെ പഠിക്കാൻ കഴിയാത്തതുകൊണ്ടാണോ നിങ്ങൾ സങ്കടപ്പെടുന്നത്?”

മുഖത്ത് ചിരി വരുത്തിക്കൊണ്ടായിരുന്നു യശോദ ടീച്ചർ അങ്ങനെ ചോദിച്ചതെങ്കിലും ആ ചോദ്യം പൂർത്തിയാക്കാൻ കഴിയാതെ അത് തൊണ്ടക്കുഴിയിൽവച്ചു തന്നെ കരച്ചിലിനൊപ്പം മുറിഞ്ഞുപോയി.

“ടീച്ചർ, ഇനി ഇവിടേക്ക് വരില്ലേ?”

“ടീച്ചർ, ഞങ്ങളെയൊക്കെ മറക്കുമോ?”

“ഇനി എന്നാണ് ടീച്ചർ ഞങ്ങളെ പഠിപ്പിക്കുന്നത്?”

“... ... ...”

കുട്ടികളുടെ ചോദ്യങ്ങൾ തിരമാലകൾ പോലെ മടങ്ങി വന്നുകൊണ്ടിരുന്നു. യശോദ ടീച്ചർക്ക് പെട്ടെന്ന് ഒരു മറുപടി പറയാൻ

കഴിഞ്ഞില്ല.

എന്തെങ്കിലും പറഞ്ഞു തുടങ്ങേണ്ടത് താനാണെന്ന് ടീച്ചർക്ക് നല്ല ബോധ്യമുണ്ടായിരുന്നു. എങ്കിലും, എന്താണ് പറഞ്ഞു തുടങ്ങേണ്ടത് എന്നകാര്യത്തിലായിരുന്നു ആശയക്കുഴപ്പം.

അധ്യാപികയെന്ന നിലയിൽ കഴിഞ്ഞുപോയ 31 വർഷങ്ങളായിരുന്നു അന്നേരം യശോദ ടീച്ചറുടെ മനസ്സിൽ നിറഞ്ഞുനിന്നത്. എന്തെല്ലാം ഓർമ്മകളും അനുഭവങ്ങളും അവശേഷിപ്പിച്ചുകൊണ്ടാണ് ഓരോ വർഷവും ജീവിതത്തിൽ നിന്ന് കടന്നുപോകുന്നത്.

ആലോചനകളുടെ ഭാരംകൊണ്ട് തലയും കുമ്പിട്ടിരുന്ന ടീച്ചറുടെ മുന്നിലേക്ക് അപ്രതീക്ഷിതമായി ഒരു മഷിപ്പേന നീണ്ടുവന്നു. അത് ശ്രീഹരിയുടെ കൈകളായിരുന്നു. 9 ബി ക്ലാസിലെ ഏറ്റവും ഉയരം കുറഞ്ഞ കുട്ടിയായിരുന്നു ശ്രീഹരി. തൊട്ടുമുന്നിൽ മഷിപ്പേനയും നീട്ടിപ്പിടിച്ചുകൊണ്ട് നിൽക്കുന്ന ശ്രീഹരിയിൽനിന്ന് പേന വാങ്ങിയശേഷം യശോദ ടീച്ചർ വാൽസല്യപൂർവ്വം അവന്റെ തലമുടിയിൽ തലോടി.

"അമ്മയ്ക്ക് ഇപ്പോൾ എങ്ങനെയുണ്ട്? ഞാൻ അന്വേഷിച്ചു എന്ന് പറയണം. പിന്നെ, ഫിസിക്സ് നിനക്ക് പ്രയാസമുള്ള വിഷയമാണെന്ന് അറിയാമല്ലോ? ഇനി പത്താംക്ലാസിലാണ്. കുറച്ചുകൂടി ശ്രദ്ധിക്കണം..."

ശ്രീഹരി ഒന്നും മിണ്ടിയില്ല. അൽപ്പസമയം കഴിഞ്ഞ് അവൻ തിരികെ പോയി ഇരുന്നു.

അതിനുശേഷം വന്നത് രേഷ്മയായിരുന്നു. കയ്യിൽ ഒരു കുഞ്ഞു റോസാപ്പൂവുമായിട്ടായിരുന്നു രേഷ്മയുടെ വരവ്.

"ഇത് രേഷ്മയുടെ തോട്ടത്തിൽ വിരിഞ്ഞ പൂവാണോ?"

അതെ എന്ന അർത്ഥത്തിൽ രേഷ്മ തലകുലുക്കി.

"തോട്ടത്തിലെ പൂക്കൾ നീ ആർക്കും കൊടുക്കില്ല എന്നല്ലേ പറഞ്ഞിരുന്നത്?"

ആ ചോദ്യത്തിന് മറുപടി നൽകാൻ കഴിയാതെ രേഷ്മ ഒറ്റയോട്ടത്തിന് തിരികെപ്പോയി.

പിന്നീട്, മനീഷും ജിതനും സുൽഫിക്കറും ഒന്നിച്ചാണ് വന്നത്. അവരുടെ കൈവശം ഒരു പുസ്തകമാണുണ്ടായിരുന്നത്. എ.പി.ജെ. അബ്ദുൾ കലാം എഴുതിയ അഗ്നിച്ചിറകുകൾ ആയിരുന്നു ആ പുസ്തകം.

അങ്ങനെ, ആ ക്ലാസ്സിലുണ്ടായിരുന്ന 41 പേരും സമ്മാനങ്ങളുമായി യശോദ ടീച്ചറുടെ മുന്നിലെത്തി. ഏറ്റവും ഒടുവിലെത്തിയത് ഫിറോസായിരുന്നു. അവന്റെ കൈവശമുണ്ടായിരുന്നത് ഒരു മയിൽപ്പീലി മാത്രമായിരുന്നു. എല്ലാ സമ്മാനങ്ങളിലേക്കുമായി യശോദ ടീച്ചർ ഒരിക്കൽക്കൂടി കണ്ണോടിച്ചു. എന്നിട്ട്, ഫിറോസ് നൽകിയ മയിൽപ്പീലി കൈയിലെടുത്ത് അതിന്റെ നേർത്ത നാരുകളിലൂടെ പലതവണ വിരലോടിച്ചു. യശോദ ടീച്ചറെ സംബന്ധിച്ചിടത്തോളം രഹസ്യങ്ങളിലേക്കുള്ള ഒരു വാതിലായിരുന്നു ആ മയിൽപ്പീലി.

"എനിക്ക്... എന്റെ മയിൽപ്പീലിക്കുട്ടനെ ഓർമവരുന്നു..."

അത്രയും നേരം സങ്കടംകൊണ്ട് നിശബ്ദരായിരുന്ന കുട്ടികൾ പെട്ടെന്ന് വിശ്വാസം വരാത്ത മട്ടിൽ പരസ്പരം നോക്കി. ആകാം

ക്ഷ അടക്കാനാവാതെ ഫിദ അക്കാര്യം ടീച്ചറോട് തന്നെ ചോദിച്ചു:

"ആരാ ടീച്ചറേ ആ മയിൽപ്പീലിക്കുട്ടൻ?"

ഫിദയുടെ ചോദ്യം ഉത്തരം കിട്ടാതെ ആ ക്ലാസ്മുറിയടെ ചുമരുകൾക്കുള്ളിൽ ശ്വാസംമുട്ടി.

2

കുറേ നേരത്തെ നിശബ്ദതയ്ക്കുശേഷമാണ് യശോദ ടീച്ചർ കുട്ടികളോട് മനസ്സുതുറന്നത്.

"ഓ, അക്കാര്യം ഞാൻ നിങ്ങളോട് പറഞ്ഞിട്ടില്ല എന്നു തോന്നുന്നു. ആ മയിൽപ്പീലിക്കുട്ടൻ എന്റെ മകനാണ്!"

"മകനോ?"

"ടീച്ചർക്ക് മകനുണ്ടോ?"

"ടീച്ചർക്ക്... മക്കളുണ്ടോ?"

"എന്നിട്ട്... മകനെവിടെ? അങ്ങനെയൊരു മകനെക്കുറിച്ച് ടീച്ചർ ഞങ്ങളോട് ഇതുവരെ ഒന്നും പറഞ്ഞിട്ടില്ലല്ലോ?"

ഒരുപാട് ചോദ്യങ്ങളെ ഒരേസമയം യശോദ ടീച്ചർക്ക് അഭിമുഖീകരിക്കേണ്ടിവന്നു. ടീച്ചർ ഒന്നു പുഞ്ചിരിച്ചു.

"അതെ. എനിക്കൊരു മകനുണ്ട്. അവനെക്കുറിച്ച് ഞാനങ്ങനെ ആരോടും പറഞ്ഞിട്ടില്ല. എങ്കിലും നമ്മുടെ സ്കൂളിലെ ചിലർക്കൊക്കെ അവനെക്കുറിച്ചറിയാം..."

"...ഞങ്ങളോട് ഇതേവരെ ടീച്ചറുടെ മകനെക്കുറിച്ച് പറയാതിരുന്നത് കഷ്ടമായിപ്പോയി."

അതുപറയുമ്പോൾ അഭിഷേക് കരച്ചിലിന്റെ വക്കത്തായിരുന്നു. അഭിഷേക് അല്ലെങ്കിലും അങ്ങനെയാണ്. ചെറിയ കുട്ടികളെപ്പോലെയാണ് സംസാരവും പെരുമാറ്റവും.

"ശരിയാണ്. ഞാൻ അവനെക്കുറിച്ച് വളരെ മുമ്പ് തന്നെ നിങ്ങളോട് പറയേണ്ടതായിരുന്നു... അവനെക്കുറിച്ച് ഓർക്കാതെ... അവനെക്കുറിച്ച് പറയാതെ... ഞാനെങ്ങനെ എന്റെ അധ്യാപക ജീവിതം അവസാനിപ്പിക്കും... ഇതുതന്നെയാണ് അതിനു പറ്റിയ സമയം..."

ഒരു നിമിഷത്തെ നിശബ്ദതയ്ക്ക് ശേഷം യശോദ ടീച്ചർ സം

സാരിച്ചു തുടങ്ങുമ്പോഴേക്കും ക്ലാസിന്റെ വാതിൽക്കൽ ചന്ദ്രേട്ടൻ പ്രത്യക്ഷപ്പെട്ടു.

"ടീച്ചറേ, ഇപ്പോത്തന്നെ നേരം ഒരുപാട് വൈകി. എം.എൽ.എ.യും പഞ്ചായത്ത് പ്രസിഡന്റുമൊക്കെ ഓഫീസിൽ കാത്തിരിക്കാൻ തുടങ്ങിയിട്ട് അര മണിക്കൂറായി. എം.എൽ.എ.ക്ക് മറ്റെന്തോ പരിപാടിയിൽ പങ്കെടുക്കാനുണ്ടെന്നു പറഞ്ഞു. ടീച്ചറും കൂടി വന്നാൽ പൊതുയോഗം തുടങ്ങാമെന്ന് എച്ച്.എം. പറഞ്ഞു. ടീച്ചറെ കയ്യോടെ കൂട്ടിക്കൊണ്ടുവരാനാണ് എച്ച്.എം. പറഞ്ഞിരിക്കുന്നത്..."

"എന്നാൽ ഞാൻ ഉടനെ വന്നേക്കാം..."

യശോദ ടീച്ചറുടെ മറുപടി 9 ബി യിലെ കുട്ടികളെ വീണ്ടും സങ്കടത്തിൽ ആഴ്ത്തി. എങ്കിലും, ടീച്ചർ പുറത്തേക്കിറങ്ങാൻ തുടങ്ങുന്നതിനിടയിൽ സൗമ്യ നിർണായകമായ ആ ചോദ്യം ചോദിച്ചു:

"ടീച്ചറുടെ മകന്റെ ശരിക്കുള്ള പേരെന്താ?"

ചന്ദ്രേട്ടനോടൊപ്പം പുറത്തേക്ക് ഇറങ്ങുന്നതിനിടയിൽ യശോദ ടീച്ചർ തിരിഞ്ഞുനിന്ന് ആ രഹസ്യം വെളിപ്പെടുത്തി:

"നൗഷാദ് ബാബു... എന്റെ മകന്റെ പേര് നൗഷാദ് ബാബു!"

"നൗഷാദ് ബാബുവോ? അത്... അതെങ്ങനെ ശരിയാവും?"

ഉറക്കെ കേട്ട ഒരേയൊരു ചോദ്യം ഫിറോസിന്റേതായിരുന്നെങ്കിലും അന്നേരം 9 ബി ക്ലാസിലെ എല്ലാ കുട്ടികളുടെ മനസ്സിലും അതേ ചോദ്യം അലയടിച്ചിരുന്നു. ഉത്തരം കിട്ടാത്ത ചോദ്യം പോലെ എല്ലാവരും പരസ്പരം നോക്കി.

"ടീച്ചർ ഇപ്പോൾ എവിടേക്കാ പോകുന്നത്?"

അഭിഷേക് ആരോടെന്നില്ലാതെ ചോദിച്ചു.

"ഇന്ന് ടീച്ചറിന്റെ യാത്രയയപ്പ് ചടങ്ങ് നടക്കുകയാണ്. പൊതുയോഗമുണ്ട്. അതിനാണ് എം. എൽ. എ.യും പഞ്ചായത്ത് പ്രസിഡന്റുമൊക്കെ വന്നിരിക്കുന്നത്."

അഭിഷേകിനുള്ള മറുപടി നൽകിയത് സൗമ്യയാണ്.

"എന്നാൽ നമുക്കും അവിടേക്ക് പോകാം. യശോദ ടീച്ചർ അവിടെവച്ച് നൗഷാദിനെക്കുറിച്ച് എന്തെങ്കിലും പറഞ്ഞാലോ?"

ഫിറോസിന്റെ നിർദ്ദേശം എല്ലാവരും അംഗീകരിച്ചു.

ഫിറോസിന്റെ കണക്കുകൂട്ടലുകൾ തെറ്റിയില്ല. യാത്രയയപ്പ് സ

മ്മേളനത്തിലെ മറുപടി പ്രസംഗത്തിനിടയിൽ യശോദ ടീച്ചർ സംസാരിച്ചത് നൗഷാദ് ബാബുവിനെക്കുറിച്ച് മാത്രമായിരുന്നു. നൗഷാദ് ബാബുവിനെക്കുറിച്ച് സംസാരിച്ചു തുടങ്ങിയപ്പോഴേക്കും പി. ടി. എ. പ്രസിഡന്റ് ചന്ദ്രസേനൻ പതിഞ്ഞസ്വരത്തിൽ തൊട്ടടുത്തിരുന്ന ബാബു മാഷിനോട് എന്തോ ചോദിച്ചു.

ബാബു മാഷിന്റെ ഉള്ളിൽ ദേഷ്യം ആളിക്കത്തിയെങ്കിലും അയാളത് പുറമേ പ്രകടിപ്പിച്ചില്ല.

"അതിനുള്ള മറുപടി യശോദ ടീച്ചർ തന്നെ പറയും... പറയുമെന്നാണ് ഞാൻ കരുതുന്നത്. അതല്ലേ അതിന്റെ ശരി? ഇനി അഥവാ ടീച്ചർ പറഞ്ഞില്ലെങ്കിൽ, അന്നേരം നമുക്ക് മറുപടിയെക്കുറിച്ച് ആലോചിക്കാം... എന്താ അത് പോരേ?"

ബാബു മാഷിന്റെ മറുപടിയിലെ കടുപ്പം ചന്ദ്രസേനനെ നിശബ്ദനാക്കി. നൗഷാദ് ബാബുവിനെ കുറിച്ച് പറഞ്ഞു തുടങ്ങിയപ്പോൾ തന്നെ വേദിയിലും സദസിലും ഉണ്ടായിരുന്ന സകലരും ആകാംക്ഷയുടെ മുൾമുനയിലായിരുന്നു.

"നൗഷാദ് ബാബുവിനെക്കുറിച്ചു തന്നെയാണ് ഈ ദിവസം എനിക്ക് സംസാരിക്കാനുള്ളത്... ഞാൻ ക്ലാസ് ടീച്ചറായിരുന്ന 9 ബിയിൽ തന്നെയായിരുന്നു അവനും പഠിച്ചിരുന്നത്. എന്റെ മകൻ എന്നതിലുപരി അവൻ പലരുടെയും ജീവിതത്തെ മാറ്റിമറിച്ച നല്ലൊരു സുഹൃത്തായിരുന്നു... പലർക്കും വഴികാട്ടിയും ആശ്രയവുമായിരുന്നു... പലരുടെയും പാഠപുസ്തകമായിരുന്നു... അവനെക്കുറിച്ച് പറയുമ്പോൾ എവിടെ നിന്നാണ് തുടങ്ങേണ്ടതെന്ന് എനിക്കറിയില്ല... എന്തൊക്കെയാണ് പറയേണ്ടതെന്നും എനിക്കറിയില്ല. എങ്കിലും, എന്റെയും അവന്റെയും ജീവിതം ഒരുപോലെ മാറ്റിമറിച്ച ഒരു സംഭവം മാത്രം ഞാൻ ഓർത്തെടുക്കുകയാണ്..."

യശോദ ടീച്ചറുടെ ഓർമ്മകൾ അന്നേരം കുറെ വർഷങ്ങൾക്കു മുമ്പുള്ള ചില ദിവസങ്ങളിലേക്ക് ചെന്നെത്തിയിരുന്നു.

"എന്നാലും... എല്ലാം കൂടി കേട്ടിട്ട് എനിക്കെന്തോ പൊരുത്തപ്പെടാൻ കഴിയുന്നില്ല. എവിടെയോ എന്തൊക്കെയോ കുഴപ്പങ്ങളുണ്ട്... അക്കാര്യത്തിൽ യാതൊരു സംശയവുമില്ല! അല്ല മാഷേ, കല്യാണം പോലും കഴിക്കാത്ത യശോദ ടീച്ചർക്ക് എങ്ങനെയാ നൗഷാദ് ബാബു എന്ന പേരിൽ ഒരു മകനുണ്ടായത്?"

ചന്ദ്രസേനൻ അല്പം മുമ്പ് ചോദിച്ച ചോദ്യം ആവർത്തിച്ചുവെ

ങ്കിലും ബാബുമാഷ് അത് കേൾക്കാത്ത ഭാവത്തിൽ ഇരുന്നു.

"നൗഷാദ് ബാബു ഒരു മയിൽപ്പീലിയാണ്... മാനം കാണാതെ നെഞ്ചോട് ചേർത്ത് സൂക്ഷിക്കേണ്ട ഒരു മയിൽപ്പീലി..."

യശോദ ടീച്ചർ നൗഷാദ് ബാബുവിലേക്ക് സാവധാനം നടന്നടുക്കുകയായിരുന്നു. ആ മയിൽപ്പീലിയുടെ രഹസ്യത്തിലേക്ക് കേൾവിക്കാരെ ഒന്നടങ്കം കൂട്ടിക്കൊണ്ടുപോവുകയായിരുന്നു.

3

ആ ദിവസം കാക്കഞ്ചോലക്കടവിൽ പതിവിലേറെ തിരക്കുണ്ടായിരുന്നു.

കുട്ടികളും മുതിർന്നവരുമായി മുപ്പതോളമാളുകൾ അവിടെയുണ്ട്. ഏറെ നേരമായി വഞ്ചി കാത്തുനിൽക്കുന്നതിന്റെ നീരസം പലരുടെയും മുഖത്ത് പ്രകടമായിരുന്നു. കാത്തിരിപ്പിന്റെ വിരസത മാറ്റാൻ ചിലർ സാമാന്യം ഉറക്കെ പാട്ടുപാടുന്നുമുണ്ട്. പാട്ടുകേൾക്കാൻ താൽപര്യമില്ലാത്തവർ എന്തുചെയ്യണമെന്നറിയാതെ വെറുതെ ചുറ്റിയടിക്കുന്നുണ്ട്. കുട്ടികളുടെ ഉല്ലാസഭാവം കുറയാൻ അധികനേരം വേണ്ടിവന്നില്ല.

സ്കൂൾബാഗിലെ പുസ്തകങ്ങളുടെ ഭാരത്താൽ ആടിയുലയുന്ന കുട്ടികൾ. അത് ചുമലിൽ നിന്ന് ഇറക്കുകയും പിന്നീട് അസ്വസ്ഥതയോടെ തിരികെ യാന്ത്രികമായി ചുമലിലേക്കുതന്നെ കയറ്റുകയും ചെയ്യുന്നുണ്ടായിരുന്നു.

അന്നേരം കടവിലുണ്ടായിരുന്ന എല്ലാവർക്കും ഒരുമിച്ച് ആകെയുള്ള വഞ്ചിയിൽ കയറാൻ കഴിയില്ലെന്നകാര്യം ഏതാണ്ടുറപ്പായിരുന്നു. എന്നിട്ടും, എല്ലാവരും ആകാംക്ഷയോടെ പുഴയിലേക്ക് നോക്കിനിന്നു.

ഏറെ നേരത്തെ കാത്തിരിപ്പിനുശേഷം ഒരുപാടു കണ്ണുകൾ ഒരേസമയം വഞ്ചിക്കാരൻ ഗോപാലേട്ടന്റെ മെലിഞ്ഞരൂപം പുഴയിൽ കണ്ടെങ്കിലും, ആദ്യം ആഹ്ലാദശബ്ദം പുറപ്പെടുവിച്ചത് മൂന്ന് ഏയിലെ ജോയിമോനായിരുന്നു.

“വഞ്ചിയങ്കിൾ... വഞ്ചിയങ്കിൾ... കമോൺ ഫാസ്റ്റ്... ഫാസ്റ്റ്! ഇനിയും ഫാസ്റ്റ്... ഒന്നു വേഗം തുഴഞ്ഞുവരൂ...”

ഗോപാലേട്ടന്റെ കാതുകളൊഴികെ ആ പ്രദേശത്തുണ്ടായിരുന്ന

സകല കാതുകളിലും ചീവീടിന്റേതുപോലെയുള്ള ആ ശബ്ദം തുളച്ചുകയറി. പരിസരം മറന്ന് കൈയടിച്ചുകൊണ്ടു നിൽക്കുന്ന ജോയിമോനെ എല്ലാവരും കൗതുകത്തോടെ നോക്കി.

ഈ സമയം തൊട്ടടുത്ത പൊന്തയിൽ മൂത്രമൊഴിച്ചുകൊണ്ടു നിന്ന അഖിലും അമലും അമ്പരപ്പോടെ മുഖാമുഖം നോക്കി. ഇരട്ടകളായ അവർ അങ്ങനെയാണ്. എന്തുകാര്യവും ഒന്നിച്ചേ ചെയ്യൂ; മൂത്രമൊഴിക്കുന്നതുപോലും. അവരുടെ മുഖത്തെ പരിഭ്രമം കണ്ടാലറിയാം പെട്ടെന്ന് എന്തോ കുഴപ്പമുണ്ടായെന്ന്. അത്രയ്ക്ക് ഭീകരമായിരുന്നു ജോയിമോന്റെ അലർച്ച.

"കഴിഞ്ഞായിരുന്നോ?"

അഖിൽ അമ്പരപ്പോടെ അമലിനോട് ചോദിച്ചു.

"ഇല്ല. പെട്ടെന്ന് നിന്നുപോയി!"

അമൽ പരിഭ്രമം മാറാതെ പറഞ്ഞു.

"എനിക്കും അങ്ങനെതന്നെ! വേഗം വാ, വഞ്ചി എത്താറായി!"

ബാഗിലെ പുസ്തകങ്ങളുടെ ഭാരത്താൽ ആടിയുലഞ്ഞാണ് അവർ കടവിലേക്ക് ഓടിയെത്തിയത്.

വഞ്ചി കടവിലേക്കെത്തേണ്ട താമസം, മുതിർന്നവരെ പിന്തള്ളിക്കൊണ്ട് യൂണിഫോം ധരിച്ച സ്കൂൾകുട്ടികൾ തങ്ങളാലാവും വിധം വഞ്ചിയിൽ വലിഞ്ഞുകയറി. കുട്ടികൾ തിരക്കുകൂട്ടുന്നതിനിടയിൽ മുതിർന്നവർ ഓരോ പ്രതികരണങ്ങൾ നടത്തുന്നുണ്ടായിരുന്നു.

"നീയെന്തു പണിയാ ഗോപാലാ കാട്ടിയത്!"

"നീയെന്തിനാ ഏഴരയ്ക്കുള്ള ട്രിപ്പ് മുടക്കിയത്, ഞങ്ങളൊക്കെ ഏഴുമണിക്കു വന്നതാ! നിനക്കറിയാമല്ലോ ഇന്ന് പെൻഷൻ ദിവസമാണെന്ന്... എന്നിട്ടും..."

"എന്റെ ഗോപാലേട്ടാ, എനിക്കിന്ന് ഒരിന്റർവ്യൂ ഉള്ളതാ. അതു മിക്കവാറും കൊളമാകും..."

"വരാൻ കഴിയില്ലെങ്കിൽ അക്കാര്യം തനിക്ക് മുൻകൂട്ടി പറഞ്ഞുകൂടേ? ഞങ്ങൾ ബദൽ മാർഗങ്ങൾ കണ്ടെത്തുമായിരുന്നല്ലോ?"

ചോദ്യങ്ങളുടെയും ആക്ഷേപങ്ങളുടെയും ഒഴുക്ക് അൽപമൊന്നു കുറഞ്ഞതോടെ, എല്ലാവരോടുമായി ഗോപാലൻ ഒരു ഉത്തരം പറഞ്ഞു.

"എനിക്ക് തീരെ വയ്യായിരുന്നു. ഇന്ന് വരണ്ടാ എന്നു കരുതിയതാണ്. ന്നാലും, ഈ മക്കളുടെ സ്കൂള് മൊടങ്ങണ്ടല്ലോന്ന് കരുതിയാ ഇപ്പോഴെങ്കിലും വന്നത്!"

അതുപറയുമ്പോൾ അയാൾ ഇടതടവില്ലാതെ ചുമയ്ക്കുന്നുണ്ടായിരുന്നു. ഏതായാലും ഗോപാലന്റെ ആ മറുപടി എല്ലാവരെയും ഒരു നിമിഷത്തേക്ക് നിശബ്ദരാക്കി.

"അയ്യോ, ഗോപാലേട്ടാ! ങ്ങള് കുട്ടികളെ വിട്ടിട്ട് ഇന്നിനി വരില്ലെന്നാണോ പറഞ്ഞത്? ചതിക്കല്ലേ, എനിക്കിന്ന് ടൗണിൽ ഒരു ഇന്റർവ്യൂവിന് പങ്കെടുക്കാനുള്ളതാ. കുട്ടികളെ മാത്രം ആദ്യ ട്രിപ്പ് കൊണ്ടുപോകുന്നതുകൊണ്ട് ഞാൻ മാറി നിന്നതാ..."

കുസുമത്തിന്റെ വാക്കുകളിൽ ഇന്റർവ്യൂ അവസരം നഷ്ടപ്പെടുമോ എന്ന ആശങ്ക പ്രകടമായിരുന്നു. പെട്ടെന്ന് വള്ളത്തിൽ നിന്ന് ഒരു ശബ്ദം ഉയർന്നുകേട്ടു.

"കുസുമം ചേച്ചീം വാര്യര്മാഷും മറ്റുള്ളവരും ഒരു പേടീം പേടിക്കണ്ടാ, ഞാൻ വരാം, വഞ്ചിയുമായി. ന്താ, പോരേ?"

അത് നൗഷാദ് ബാബുവിന്റെ ശബ്ദമായിരുന്നു; ഒമ്പത് ബീയിലെ നൗഷാദ് ബാബു!

നൗഷാദ് ബാബുവിന്റെ ഉറപ്പ് കേട്ടവർക്കൊന്നും അത്ഭുതം തോന്നിയില്ല. കാരണം, വള്ളക്കാരൻ ഗോപാലേട്ടന് അസൗകര്യമുള്ളപ്പോഴൊക്കെ നാട്ടുകാർക്ക് പുഴ മുറിച്ചുകടക്കാൻ കാക്കഞ്ചോലക്കടവുകാർക്ക് പാലമാക്കുന്നത് നൗഷാദ് ബാബു ആയിരുന്നു. കടവിലുണ്ടായിരുന്നവരുടെ മുഖത്ത് ആശ്വാസത്തിന്റെ പ്രകാശം പരന്നു.

കടവിൽ അവശേഷിച്ചവർക്ക് ആശ്വാസമായെങ്കിലും വഞ്ചിയിൽ കയറിപ്പറ്റിയ കുട്ടികളിൽ പലർക്കും അങ്ങനെ തോന്നിയില്ല. ബെല്ലടിക്കുന്നതിനു മുമ്പ് സ്കൂളിലെത്താൻ കഴിയുമോ എന്ന ആശങ്കയായിരുന്നു അതിന്റെ പ്രധാന കാരണം.

“ഞാനേറ്റു... ഞാനേറ്റെന്നു പറഞ്ഞില്ലേ... സ്കൂളിൽ ബെല്ലടിക്കുന്നതിനു മുമ്പ് നിങ്ങളെ ഞാൻ സ്കൂൾ കടവിൽ എത്തിച്ചിരിക്കും!”

നൗഷാദ് പറഞ്ഞതുകേട്ട് അമലും അഖിലും ഒഴികെയുള്ള കുട്ടികൾ ഹർഷാരവം മുഴക്കി.

“നിങ്ങളു രണ്ടുപേരും എന്താടാ ഒന്നും മിണ്ടാതിരിക്കുന്നത്... എന്തെങ്കിലും പ്രശ്നമുണ്ടോ... ഉണ്ടെങ്കിൽ പറയ്... നമുക്ക് പരിഹാരമുണ്ടാക്കാം.”

അഖിലും അമലും പരുങ്ങലോടെ വിഷയം അവതരിപ്പിച്ചു:

“അത്... അതുപിന്നെ... ചേട്ടായീ... ഇന്നേതായാലും കണക്കിന്റെ പീരിയേഡ് ഞങ്ങൾക്ക് അടി ഒറപ്പാണ്. ഒമ്പതിന്റെ ഗുണനപ്പട്ടിക കാണാതെ എഴുതിപ്പിക്കുമെന്ന് ജോർജ് മാഷ് പറഞ്ഞിരുന്നു... എന്താ ചെയ്യുക?”

“ഇതാണോ ഇത്ര വല്യ കാര്യം? രണ്ടുപേരും ബുക്കെടുക്കൂ. നമുക്ക് ഇപ്പോൾത്തന്നെ പഠിച്ചേക്കാം... വഞ്ചി അക്കരെ എത്തുംമുമ്പ് നിങ്ങൾ ഒമ്പതിന്റെ പട്ടിക പഠിച്ചിരിക്കും. എന്താ പോരേ?”

വഞ്ചി ഊന്നുന്നതിനിടയിൽ നൗഷാദ് പറഞ്ഞതുകേട്ട് അഖിലും അമലും വിശ്വാസം വരാത്തമട്ടിൽ പരസ്പരം നോക്കി. അതിനിടയിൽ നൗഷാദ് പറഞ്ഞുതുടങ്ങി:

“ആദ്യം നിങ്ങൾ പൂജ്യം മുതൽ ഒമ്പതു വരെ ക്രമത്തിൽ താഴേക്ക് എഴുതുക. ഇനി ഒടുവിലെഴുതിയ ഒമ്പതിന്റെ വലതുവശത്ത് പൂജ്യം എഴുതുക. എന്നിട്ട് ക്രമത്തിൽ മുകളിലേക്ക് ഒമ്പതുവരെ എഴുതുക. ഇനി വായിച്ചുനോക്കൂ. ഗുണനഫലം കിട്ടിയില്ലേ?”

ഒമ്പതിനെ മെരുക്കിയതിന്റെ സന്തോഷത്താൽ അഖിലും അമലും തുള്ളിച്ചാടാൻ തുടങ്ങി. അതോടെ വഞ്ചി ആടിയുലഞ്ഞു. പുഴയുടെ ഒത്തനടുക്കായിരുന്ന വഞ്ചി നിയന്ത്രിക്കാൻ നൗഷാദ് പരമാവധി ശ്രമിച്ചു. അവനെക്കൊണ്ടു കഴിയാതെ വന്നതോടെ ഗോപാലേട്ടനും ഒപ്പം കൂടി. എങ്കിലും, അധികം വൈകാതെ വഞ്ചിയിലുണ്ടായിരുന്ന കുട്ടികളുടെ നിലവിളി ഉയർന്നു.

4

ഏറെ നേരത്തെ പരിശ്രമത്തിനൊടുവിൽ ഗോപാലേട്ടനും നൗഷാദും ചേർന്ന് വഞ്ചി നിയന്ത്രണത്തിലാക്കി. അപ്പോഴേക്കും വഞ്ചിയിലുണ്ടായിരുന്ന കുട്ടികളുടെ നിലവിളി ശബ്ദങ്ങളും അലിഞ്ഞ് ഇല്ലാതെയായി. പിന്നീട് കുറേനേരം ആരും ഒന്നും മിണ്ടിയില്ല. ഒടുവിൽ, ആ നിശബ്ദത അവസാനിപ്പിച്ചതും നൗഷാദ് തന്നെയായിരുന്നു:

"ഇന്ന് ആരാ നമ്പർ 37?"

ഗോപാലേട്ടന്റെ കൈയിൽ നിന്ന് മുളവാങ്ങി വഞ്ചിയുടെ നിയന്ത്രണം ഏറ്റെടുക്കുന്നതിനിടയിൽ ഒരു ചെറുപുഞ്ചിരിയോടെ നൗഷാദ് ബാബു ഒമ്പത് ബിയിലെ കൂട്ടുകാരോട് സ്വകാര്യമായി ചോദിച്ചു.

"ഇന്നു രഞ്ജിത്താ 37, നാളെ വേണമെങ്കിൽ ഞാനാകാം."

എന്നു പറഞ്ഞ് ഹക്കിം ചിരിക്കാൻ തുടങ്ങി. ആ ചിരി നൗഷാദ് ബാബുവിലേക്കും ഒമ്പത് ബിയിലെ ആൺകുട്ടികൾക്കിടയിലേക്കും പടർന്നുകയറാൻ അധികനേരം വേണ്ടിവന്നില്ല. എങ്കിലും, ആ ചിരിമാല ഒമ്പത് ബിക്കാരിൽ മാത്രം ഒതുങ്ങിനിന്നത്. സഹയാത്രികരായ കുട്ടികൾക്ക് ഒട്ടും ഇഷ്ടപ്പെട്ടില്ല. നമ്പർ 37 എന്ന രഹസ്യക്കോഡ് കണക്കിലെ ഒരിക്കലും മനസ്സിലാകാത്ത ഫോർമുല പോലെ അവരെ നോക്കി കൊഞ്ഞനം കാട്ടി.

പെട്ടെന്ന്, സ്കൂളിൽ സെക്കന്റ് ബെല്ലടിക്കുന്ന ശബ്ദം അകലെ നിന്നു കേട്ടു. അതോടെ, അത്രയും നേരം വഞ്ചിയിൽ നിശബ്ദരായി ഇരുന്നവരും അസ്വസ്ഥരാകാൻ തുടങ്ങി. ചിലർ അക്ഷമരായി നൗഷാദ് ബാബുവിനെ നോക്കിയെങ്കിലും ആരും ഒന്നും മിണ്ടിയില്ല.

"അയ്യോ, ആ കടുവ ഇന്ന് എന്നെ കൊല്ലും!"

സ്കൂളിൽ ബെല്ലടിക്കുന്ന ശബ്ദം കേട്ടപ്പോഴുണ്ടായ നിശബ്ദതയെ ഭേദിച്ചുകൊണ്ട് ജോയിമോന്റെ ശബ്ദം ഉയർന്നുകേട്ടു. കടുവയെന്ന് വിളിപ്പേരുള്ള പ്രതാപൻ മാഷിന്റെ രൂപം മനസ്സിൽ തെളിഞ്ഞതോടെ പല മുതിർന്നകുട്ടികളുടെയും മനസ്സിൽ ചിരിപൊട്ടി.

തോണി കടവിലേക്കടുക്കുന്നതിനു തൊട്ടുമുമ്പ് മുതിർന്ന കുട്ടികൾ വെള്ളത്തിലേക്ക് എടുത്തു ചാടി. ആ ചാട്ടത്തിൽ തോണി വീണ്ടും ഉലഞ്ഞതോടെ നൗഷാദിനു ദേഷ്യം വന്നു. അവൻ അവരെ ശകാരിച്ചു:

"അൽപം മുമ്പ് പുഴയുടെ നടുവിൽ വച്ച് വഞ്ചിയൊന്ന് ഉലഞ്ഞപ്പോൾ ഈ ധൈര്യമൊന്നും ഒരുത്തനും ഇല്ലായിരുന്നല്ലോ. ഇതിപ്പോൾ മുട്ടിനുതാഴെ മാത്രം വെള്ളമായപ്പോൾ എല്ലാവർക്കും എന്തൊരു ധൈര്യം!"

തോണിയിൽ നിന്നിറങ്ങി ക്ലാസ്സിനെ ലക്ഷ്യമാക്കി ഓടുമ്പോൾ, കോയമാഷിന്റെ മുന്നിൽ ചെന്നുപെടരുതെന്നു മാത്രമായിരുന്നു രഞ്ജിത്തിന്റെയും ഹക്കീമിന്റെയും മനസ്സിലുണ്ടായിരുന്നത്. ചെന്നുപെട്ടാൽ അടി ഉറപ്പാണ്. അത് എവിടെ എങ്ങനെ കിട്ടുന്നുവെന്നു മാത്രം നോക്കിയാൽ മതി. സ്കൂൾ ബാഗിനേക്കാൾ ഭാരമുള്ള ആ

ലോചനകളുമായി മറ്റുകുട്ടികളും സ്കൂളിലേക്ക് കഴിയുന്നത്ര വേഗത്തിൽ ഓടി.

തിരക്കിട്ട് പടിക്കെട്ടുകൾ കയറി സ്കൂളിലേക്ക് പോകുന്ന കുട്ടികൾക്കിടയിലേക്ക് രഞ്ജിത്തും ഹക്കീമും അലിഞ്ഞുചേർന്നു. ഈ സമയം, മൊബൈൽ ഫോണിൽ സംസാരിച്ചുകൊണ്ട് അതിവേഗം പടിക്കെട്ടുകൾ ഇറങ്ങിവരുന്ന മൊയ്തീൻ മാഷിനെ കണ്ടതോടെ രഞ്ജിത്തും ഹക്കീമും ഒളിയിടം പരതി. പിടിക്കപ്പെട്ടു എന്നുറപ്പിച്ചതാണ്. എന്നാൽ, മുന്നിൽ വന്നു പെട്ടിട്ടും ആ കുട്ടികളെ ശ്രദ്ധിക്കാതെ താഴേക്കുപോകുന്ന അധ്യാപകനെ കണ്ടതോടെ ഹക്കീം ആശ്വാസത്തോടെ നെഞ്ചത്ത് കൈ വച്ചു.

"ഓ, ഇല്ലില്ല, 'പാർട്ടി'യെ സ്പോട്ടിൽ നിർത്തിയാൽ മതി. ഇന്നുതന്നെ കച്ചവടം നടക്കുമോ? അതോ ഇന്നും പറ്റിക്കൽ പരിപാടിയാണോ? ഞാൻ ഇപ്പോൾ സ്കൂളിലാണ്. ങാ, ഒപ്പിട്ടു. ഇല്ലില്ല... അത്... അതൊന്നും നിങ്ങളറിയണ്ടാ... ങാ, പിന്നെ... ഞാനാണ് ഇതിന്റെ ഇടനിലക്കാരനെന്ന് ആരോടും പറഞ്ഞോണ്ടു നടക്കണ്ടാ... മനസ്സിലായല്ലോ? ഞാനുടനെ അവിടെയെത്തിക്കോളാം... നിങ്ങൾ അവിടെത്തന്നെ നിന്നോളൂ..."

ഫോൺ സംഭാഷണം അവസാനിപ്പിച്ചുകൊണ്ട് മൊയ്തീൻ മാഷ് എതിരേ പടിക്കെട്ടുകൾ കയറി വരുന്ന കുമാരൻ മാഷിനെ നോക്കി യാന്ത്രികമായി അഭിവാദ്യം ചെയ്തു.

"അല്ലാ, കുമാരൻമാഷേ, നിങ്ങളെങ്ങോട്ടാ?"

ചോദ്യം അപ്രതീക്ഷിതമായതുകൊണ്ട് കുമാരൻമാഷ് ഒരു നിമിഷം പടിക്കെട്ടിൽ തന്നെ അമ്പരന്നു നിന്നു. ഒരു നിമിഷത്തെ ആലോചനയ്ക്കു ശേഷം സാവധാനം മറുപടിയിലേക്കെത്തി. എല്ലാ ചോദ്യങ്ങൾക്കും ആലോചിച്ചു മാത്രം മറുപടി പറയുന്ന ആളാണ് കുമാരൻമാഷ്.

"ഞാൻ... ഞാൻ സ്കൂളിലേക്കു തന്നെ... അല്ലാതെ പിന്നെ..."

കാര്യങ്ങൾ മനസ്സിലാക്കിയിട്ടെന്നപോലെ ഒരു നിമിഷം നിർത്തിയിട്ട് കുമാരൻ മാഷ് തുടർന്നു:

"ഓ, ഇന്നെന്തോ കോളടിച്ചിട്ടുണ്ടെന്നു തോന്നുന്നല്ലോ, ധൃതി പിടിച്ചുള്ള പോക്കുകണ്ടിട്ട്... ആരാ മൊയ്തീൻ മാഷേ, പുതിയ ഇര?"

സ്ഥലകാലബോധം തിരിച്ചുകിട്ടിയ മൊയ്തീൻ മാഷ് ചമ്മലോ

ടെ തിരിഞ്ഞുനിന്ന് ചിരിച്ചു.

"ഓ, അതൊന്നും പറയാൻ ഇപ്പോൾ നേരമില്ല മാഷേ... ഒക്കെ വന്നിട്ടു പറയാം. സംഗതി എങ്ങനെയെങ്കിലും ഒന്നു നടന്നുകിട്ടിയാൽ മതിയായിരുന്നു."

മൊയ്തീൻ മാഷ് തിടുക്കത്തിൽ സ്കൂളിന് പുറത്തേക്ക് പോകുന്നു. കുമാരൻ മാഷ്, മൊയ്തീൻ മാഷിനെ പരിഹാസപൂർവം നോക്കി നിന്നശേഷം ചിരിച്ചുകൊണ്ട് സ്കൂളിലേക്ക് നടക്കുന്നു.

ക്ലാസ്സുകളിൽ ഹാജർ വിളിക്കുന്ന ശബ്ദം സ്കൂളിന്റെ പടിക്കെട്ടുവരെ കേൾക്കാം. ഒമ്പത് ബി ക്ലാസ്സിലും ഹാജർ വിളി പുരോഗമിക്കുകയാണ്.

"26..., 27..."

അതിനിടയിൽ രഞ്ജിത്ത് അതിവേഗം 9 ബി യുടെ വാതിൽക്കലെത്തിയിരുന്നു. ഹക്കീമും അവന്റെ തൊട്ടുപിന്നാലെ ഓടിക്കിതച്ചെത്തി.

കിതപ്പു മാറ്റാൻ നിന്നാൽ എല്ലാ പദ്ധതികളും പൊളിയുമെന്ന് അവർക്കറിയാമായിരുന്നു. നൗഷാദ് പറഞ്ഞേൽപ്പിച്ച കാര്യം നടക്കണമെങ്കിൽ ഇപ്പോൾ വിശ്രമിക്കാൻ കഴിയില്ല. അതുകൊണ്ടുതന്നെ, ടന്റിസെവന്റെ തുടർച്ചയെന്നോണം രഞ്ജിത്ത് ആവുന്നത്ര ഉറക്കെ ക്ലാസ്സിനു പുറത്തെ വരാന്തയിൽനിന്ന് '28' എന്നു വിളിച്ചു പറഞ്ഞു. നമ്പർ വിളിച്ചതിന്റെ പ്രതികരണമെന്തെന്നറിയാൻ രഞ്ജിത്തും ഹക്കീമും വാതിൽപ്പടിയോടു ചേർന്നു നിന്നു.

എന്നാൽ, വലിയൊരു അപകടം തൊട്ടടുത്ത് കാത്തിരിക്കുന്നുണ്ടായിരുന്നു എന്നകാര്യം അവരറിഞ്ഞില്ല.

5

അപ്രതീക്ഷിതമായി കേട്ട ശബ്ദത്തിന്റെ ഉടമ ആരാണെന്നറിയാൻ യശോദ ടീച്ചറും കുട്ടികളും ക്ലാസ്സിനു പുറത്തേക്ക് ആകാംക്ഷയോടെ നോക്കി.

“ങാഹാ, ഇന്നു രണ്ടു പേരും ലേറ്റാണല്ലോ? ഇന്ന് എന്താണ് കാരണം?”

കിതപ്പ് മാറാത്തതുകൊണ്ട് യശോദ ടീച്ചറുടെ ചോദ്യത്തിനുള്ള മറുപടി വിക്കി വിക്കിയാണ് പുറത്തേക്കു വന്നത്.

“വഞ്ചി... വഞ്ചി...”

യശോദ ടീച്ചർ രഞ്ജിത്തിനെയും ഹക്കിമിനെയും രൂക്ഷമായി നോക്കിയിട്ട് ചോദിച്ചു.

“ങും, എന്തുപറ്റി വഞ്ചി മുങ്ങിയോ?”

ആ ചോദ്യം കേൾക്കേണ്ട താമസം, ക്ലാസ്സിനുള്ളിൽ ഒരുപാട് ചിരികൾ ഒരേസമയം ഒച്ചയുണ്ടാക്കി.

“അല്ല ടീച്ചർ, വഞ്ചി ലേറ്റായി...”

ഹക്കീമിന്റെ മറുപടി കേട്ടതോടെ ക്ലാസ്സിനുള്ളിലെ ചിരിയുടെ ഒച്ച തിരമാലപോലെ മടങ്ങിവന്നു.

“പിന്നേ, വഞ്ചി ഇത്രയും നാൾ കൃത്യസമയം പാലിച്ച് ഓടിക്കൊണ്ടിരുന്ന തീവണ്ടിയായിരുന്നല്ലോ? ങും, കയറിയിരിക്ക് രണ്ടെണ്ണവും. ഇത്തവണ വെറുതെ വിട്ടിരിക്കുന്നു. ഇനിയും ഇതാവർത്തിക്കാനാണ് ഭാവമെങ്കിൽ രണ്ടെണ്ണത്തിനും ഞാൻ ആബ്സന്റ് മാർക്ക് ചെയ്യും. പറഞ്ഞതുകേട്ടല്ലോ?”

യശോദ ടീച്ചറുടെ വാക്കുകൾ പൂർത്തിയാകുന്നതിനുമുമ്പ് രഞ്ജിത്തും ഹക്കീമും ക്ലാസ്സിലേക്ക് ആശ്വാസത്തോടെ കയറിക്കൂ

ടി. പിൻബഞ്ചിനെ ലക്ഷ്യമാക്കി രണ്ടുപേരും തലയും കുമ്പിട്ട് നടക്കുന്നതിനിടയിൽ സഹപാഠികളുടെ വക 'പാസഞ്ചർ', 'പുഷ്-പുൾ' വിളികൾ അവ്യക്തസ്വരത്തിൽ അവരുടെ കാതുകളിൽ വന്നു വീഴുന്നുണ്ട്. എങ്കിലും, അന്നേരം അതിനോടൊന്നും പ്രതികരിക്കാതെ പാസഞ്ചർ രഞ്ജിത്തും, പുഷ്-പുൾ ഹക്കീമും അവസാന ബഞ്ചിലെ ഇരിപ്പിടങ്ങളിൽ പോയി ഇരുന്നു.

മേശപ്പുറത്ത് ബാഗ് വച്ച രഞ്ജിത്ത് ഹക്കീമിനെ നോക്കി കണ്ണിറുക്കി. അതൊരു രഹസ്യകോഡായിരുന്നു. അത് എന്താണെന്ന് ഹക്കീമിന് മനസ്സിലായി. ഹക്കീം അവനെ നോക്കി ഗൂഢഭാവത്തിൽ ചിരിച്ചു.

വൈകിയെത്തിയതിന് യശോദ ടീച്ചറിൽ നിന്നുണ്ടായ ആക്ഷേപം സഹിക്കാൻ വയ്യാത്തതായിരുന്നുവെന്ന് തോന്നിപ്പിക്കുന്ന മട്ടിൽ രഞ്ജിത്ത് ഡെസ്കിൽ തലയും കുമ്പിട്ട് കിടന്നു. നമ്പർ '37' എത്തിയപ്പോൾ, കിടന്ന കിടപ്പിൽ തന്നെ രഞ്ജിത്ത് 'തേർട്ടിസെവൻ' എന്നു വിളിച്ചു. നമ്പർ വിളിച്ചശേഷം മറ്റാരെങ്കിലും ശ്രദ്ധിക്കുന്നുണ്ടോ എന്നറിയാൻ തലയുയർത്തി ചുറ്റു നോക്കി ഇത്തവണയും പിടിക്കപ്പെട്ടില്ല എന്നു മനസ്സിലാക്കിയ രഞ്ജിത്ത് ഹക്കീമിനെ നോക്കി വിജയിയുടെ ഭാവത്തിൽ വീണ്ടും കണ്ണിറുക്കി കാണിച്ചു. ഹക്കീം വലതുകൈയിലെ തള്ളവിരൽ വിജയിയുടെ ഭാവത്തിൽ ഉയർത്തിക്കാട്ടി.

പക്ഷേ, അവരുടെ സന്തോഷത്തിന് അധികം ആയുസ്സുണ്ടായില്ല. ഹാജരെടുത്തശേഷം യശോദ ടീച്ചർ പറഞ്ഞതുകേട്ട് രണ്ടുപേരും എന്തുചെയ്യണമെന്നറിയാതെ തളർന്നുപോയി.

"നാളെ ഇംഗ്ലീഷിന്റെ യൂണിറ്റ് ടെസ്റ്റ് ഉണ്ടായിരിക്കും. ആരും പരീക്ഷ മിസ് ചെയ്യരുത്. ഞാനത് എച്ചെമ്മിന് റിപ്പോർട്ട് ചെയ്യും. പറഞ്ഞതുകേട്ടല്ലോ"

അമ്പരപ്പും നിരാശയും കൂട്ടികലർന്ന ക്ലാസ്സ് മുറിയിൽ അസ്വസ്ഥതയുടെ ഒരുപാട് ശബ്ദങ്ങൾ ഒരേസമയം ചിറകടിച്ചുയർന്നു. അപ്പോഴേക്കും ക്ലാസ്സ് മുറിയുടെ വാതിൽക്കൽ പ്യൂൺ ചന്ദ്രേട്ടൻ ഒരു നോട്ടീസുമായി പ്രത്യക്ഷപ്പെട്ടു. അതോടെ എല്ലാവരുടെയും ശ്രദ്ധ അയാളിലേക്ക് ചുരുങ്ങി.

ചന്ദ്രേട്ടൻ കൊണ്ടുവന്ന നോട്ടീസ് യശോദ ടീച്ചർ വായിച്ചെങ്കിലും അതിന്റെ ഉള്ളടക്കമെന്താണെന്ന് ശരിക്കും കേൾക്കാനു

ള്ള മാനസികാവസ്ഥ അവിടെ ആർക്കുമുണ്ടായിരുന്നില്ല. കുട്ടികൾ യാന്ത്രികമായി കേട്ടിരുന്നുവെന്നേയുള്ളൂ. നോട്ടീസിന്റെ വിശദാംശങ്ങൾ അടുത്തിരിക്കുന്നവരോട് ചോദിച്ചറിയാൻ ശ്രമിക്കുന്നതിനിടെ പലരെയും യശോദ ടീച്ചർ ശാസിച്ചു. ഒരുപാടു സംശയങ്ങൾ ഒരേസമയം പലയിടങ്ങളിൽ നിന്ന് പൊന്തിവന്നതുകൊണ്ട് ഒറ്റവാചകത്തിൽ മറുപടി കൊടുത്ത് ടീച്ചർ അവയെല്ലാം ഒതുക്കിക്കളഞ്ഞു.

"വിശദാംശങ്ങൾ ഓഫീസിനു മുന്നിലെ നോട്ടീസ് ബോർഡിലുണ്ട്; ആവശ്യക്കാർക്ക് ക്ലാസ്സു കഴിഞ്ഞിട്ട് അവിടെപ്പോയി നോക്കാം."

അങ്ങനെ പറഞ്ഞത് ഒരല്പം ക്രൂരമായിപ്പോയെന്നു തോന്നിയതുകൊണ്ടാവാം, ഒരു നിമിഷത്തെ നിശബ്ദതയ്ക്കുശേഷം യശോദ ടീച്ചർ ഒന്നു മയപ്പെട്ടു.

"എല്ലാവരുടെയും സംശയങ്ങൾക്ക് മറുപടിയും പറഞ്ഞുകൊണ്ടു നിന്നാൽ എനിക്ക് പഠിപ്പിച്ചുതീർക്കാൻ കഴിയില്ല. നിങ്ങൾ ടെക്സ്റ്റ് ബുക്കെടുക്കൂ. പേജ് നമ്പർ സെവന്റി സിക്സ്... ആക്ടിവിറ്റി നമ്പർ ഫൈവ്..."

എല്ലാ കുട്ടികളും മനസ്സില്ലാ മനസ്സോടെ എഴുപത്തിയാറാമത്തെ പേജിലേക്ക് ചെന്നു വീണു. എങ്കിലും, രണ്ടാമത്തെ പീരിയേഡിനപ്പുറമുള്ള ഇടവേള മണിയൊച്ചയ്ക്കു കാതോർക്കുകയായിരുന്നു അന്നേരം എല്ലാവരും. ഓരോ നിമിഷത്തിനും മണിക്കൂറുകളുടെ നീളമുണ്ടെന്ന് എല്ലാവർക്കും തോന്നി.

നീണ്ട കാത്തിരിപ്പിനൊടുവിൽ, ഇടവേള അറിയിച്ചുകൊണ്ടുള്ള മണിമുഴങ്ങി. ആ മണിയൊച്ച നിലയ്ക്കും മുമ്പ് രഞ്ജിത്തും ഹക്കീമും ഓഫീസിനു മുന്നിലെത്തി. എങ്കിലും, അവർക്ക് നോട്ടീസ് ബോർഡിനടുത്തെത്താൻ പിന്നെയും, പണിപ്പെടേണ്ടി വന്നു. അത്രമാത്രം തിരക്കുണ്ടായിരുന്നു അവിടെ. സഹപാഠികളായ സംശയാലുക്കളുടെ ആകാംക്ഷാഭരിതമായ നോട്ടങ്ങൾക്കിടയിലൂടെ ഞെങ്ങി ഞെരുങ്ങിയാണ് അവർ മുന്നിലെത്തിയത്.

നോട്ടീസ് ബോർഡിലെ അറിയിപ്പു കണ്ട കുട്ടികൾ ആവേശഭരിതരായി. രഞ്ജിത്തിന്റെയും ഹക്കീമിന്റെയും മനസ്സിൽ അന്നേരം തെളിഞ്ഞത് നൗഷാദ് ബാബുവെന്ന പ്രിയപ്പെട്ട കൂട്ടുകാരന്റെ മുഖമായിരുന്നു.

“എനിക്കുറപ്പുണ്ട്, അവൻ മനസ്സുവച്ചാൽ സംഗതി നടക്കും...”

ഹക്കീമിന്റെ പ്രതീക്ഷ രഞ്ജിത്തിലേക്കും പടർന്നുകയറി.

എങ്കിലും, അക്കാര്യം നൗഷാദിനെ എങ്ങനെ അറിയിക്കുമെന്ന കാര്യത്തിൽ അവർക്കും അത്ര ഉറപ്പില്ലായിരുന്നു.

6

നൗഷാദിനെ കണ്ടെത്തുകയെന്നത് അത്ര എളുപ്പമുള്ള കാര്യമല്ലെന്ന് രഞ്ജിത്തിനും ഹക്കീമിനും നന്നായി അറിയാമായിരുന്നു. ചിലനേരം അപ്രതീക്ഷിതമായി അവൻ മുന്നിൽ വന്നു ചാടും. അതുപോലെതന്നെ പെട്ടെന്ന് മറഞ്ഞുകളയുകയും ചെയ്യും. എവിടെയാണ് അവൻ സ്ഥിരമായി ഉണ്ടാവുകയെന്ന് ആർക്കും പറയാൻ കഴിയില്ല.

രാവിലെ കടവിൽ കൂട്ടുകാരുമായി സംസാരിച്ചു നിൽക്കുന്നുണ്ടാവും. എല്ലാവരും വള്ളത്തിൽ കയറിയാൽ അവൻ ഞൊടിയിടകൊണ്ട് വള്ളക്കാരനായി മാറും. രാവിലെ വഞ്ചി തുഴയുകയാണെങ്കിൽ വൈകിട്ട് ഏതെങ്കിലും പാടത്ത് കറ്റമെതിക്കുകയായിരിക്കും. പകൽ സ്കൂളിൽ വന്നുഴിഞ്ഞാൽ മറ്റെവിടേക്കും പോകില്ല. അതല്ലെങ്കിൽ, അങ്ങാടിയിലെ ഏതെങ്കിലും ഗോഡൗണിലേക്കുള്ള ചുമടിനു താഴെയായിരിക്കും അവൻ. ചില രാത്രികളിൽ രാമേട്ടന്റെ നൈറ്റ് കടയിൽ ചായ അടിക്കാൻ കൂടിയെന്നുമിരിക്കും. പണിയെടുക്കുന്ന കാര്യത്തിൽ നൗഷാദിന് പകലെന്നോ രാത്രിയെന്നോ ഭേദമില്ല. കൂലി കിട്ടുന്നതും കിട്ടാത്തതുമായ സകല വേലകൾക്കും വേലത്തരങ്ങൾക്കും അവനെ കൂട്ടാം.

പകൽ കല്യാണവീട്ടിൽ ബിരിയാണി വിളമ്പിയാലും രാത്രി മരണവീട്ടിൽ പെട്രോമാക്സ് ചുമന്നാലും ചിലപ്പോൾ അവന് കിട്ടുന്നത് ഒരു നേരത്തെ ആഹാരം മാത്രമായിരിക്കും. പക്ഷേ, അതിലൊന്നും അവന് പരാതിയോ പരിഭവമോ ഇല്ല. കബളിപ്പിക്കപ്പെടുകയാണെന്ന് ബോധ്യപ്പെട്ടാൽ പോലും സ്വന്തം നാട്ടുകാരല്ലേ, സ്വന്തക്കാരല്ലേ, കൂട്ടുകാരല്ലേ എന്നൊക്കെ മനസ്സിൽ കരുതി ആരോടും മറുത്തൊന്നും പറയാതെ അവിടെ നിന്നു മടങ്ങും. അതാ

ണ് ശീലം. അവന്റെ ഉമ്മ പഠിപ്പിച്ച ശീലമാണത്. ഒരുപക്ഷേ, അങ്ങനെയും ഒരു ജീവിതം സാധ്യമാണ് എന്ന തിരിച്ചറിവായിരിക്കാം അതിനു കാരണം.

പുലർച്ചെ നാലുമണിക്കാണ് നൗഷാദിന്റെ ദിനചര്യകൾ തുടങ്ങുന്നത്. ശരിക്കും പറഞ്ഞാൽ, അന്നേരം കോഴിപോലും എഴുന്നേൽക്കുന്നതിനെക്കുറിച്ചോ കൂവുന്നതിനെക്കുറിച്ചോ ആലോചിച്ചിട്ടുപോലുമുണ്ടാവില്ല. അഞ്ചുമണിക്കു മുമ്പ് ബസ്സ്സ്റ്റാന്റിലെത്തി ആ പ്രദേശത്തെ മുഴുവൻ വീടുകളിലേക്കുമുള്ള പത്രക്കെട്ടുകൾ വീതം വെയ്ക്കണം. അഞ്ചുമണിയാക്കുമ്പോഴേക്ക് പത്രം ഏജന്റ് മത്തായിക്കുട്ടി വരും. മത്തായിക്കുട്ടി വക ചായ കുടിക്കണമെങ്കിൽ അതിനുമുമ്പ് ഓരോ ഭാഗത്തേക്കുമുള്ള പത്രക്കെട്ടുകൾ കൃത്യമായി അടുക്കിയിരിക്കണം.

അഞ്ചിനും അഞ്ചരയ്ക്കുമിടയിൽ ചായ കുടിയോടൊപ്പം ചുരുങ്ങിയത് നാലു പത്രങ്ങളുടെ പ്രധാനവാർത്തകളും നൗഷാദ് വായിച്ചിരിക്കും. പ്രധാനവാർത്തകൾ ഓടിച്ചുവായിച്ചു കഴിഞ്ഞാൽ അവന്റെ കണ്ണുകൾ നേരെ ചെന്നു നിൽക്കുന്നത് കായിക വാർത്തകൾ നിറയുന്ന പേജിലായിരിക്കും. കായിക വിശേഷങ്ങൾ ആദ്യമറിയാൻ വേണ്ടിയാണ് രാവിലെ പത്രം വായിക്കുന്നതെന്നു തോന്നിപ്പോകും അവന്റെ ഏകാഗ്രമായ പത്രവായന കണ്ടാൽ. അതുകൊണ്ടു തന്നെ സ്പോർട്സ് സംബന്ധമായി എന്തെങ്കിലും സംശയമുണ്ടെങ്കിൽ സ്കൂളിൽ എല്ലാവരും ആശ്രയിക്കുന്നതും നൗഷാദിനെത്തന്നെ.

ഒരിക്കൽ രസകരമായ ഒരു സംഭവമുണ്ടായി. അന്നാട്ടിലെ ഏക സ്പോർട്സ് ക്ലബ്ബായ ചലഞ്ചർ സ്പോർട്സ് ക്ലബ്ബിന്റെ ആഭിമുഖ്യത്തിൽ ഒളിംപിക്സിനോടനുബന്ധിച്ച് ഒരു ക്വിസ്സ് മത്സരം നടന്നു. ആയിരത്തിയൊന്നു രൂപയും മനോഹരമായ ഒരു വലിയ ട്രോഫിയുമായിരുന്നു ഒന്നാം സമ്മാനം. അന്നാട്ടിലെ ഏതാണ്ടെല്ലാ കുട്ടികളെയും പോലെ നൗഷാദും ആ മത്സരത്തിൽ പങ്കെടുത്തിരുന്നു. എന്നാൽ, അവസാനറൗണ്ടിലെ നിർണായകചോദ്യമാണ് എല്ലാം മാറ്റിമറിച്ചത്.

ചെമ്പ്രശ്ശേരിക്കാരനായ രാജേഷായിരുന്നു ക്വിസ്സ് മാസ്റ്റർ. എല്ലാവർഷവും ചലഞ്ചർ ക്ലബ്ബ് നടത്തുന്ന ക്വിസ്സ് മത്സരത്തിന് അയാളായിരിക്കും ക്വിസ്സ് മാസ്റ്റർ. ഒരുകാലത്ത് നാട്ടിലെ അറിയപ്പെടുന്ന

ഫുട്ബോൾ താരമായിരുന്നു അയാൾ. പട്ടാളക്കാരനായിരുന്ന അയാൾക്ക് കേരളത്തിനുവേണ്ടി കളിക്കണമെന്നതായിരുന്നു ആഗ്രഹം. എന്നാൽ ആ ആഗ്രഹം മാത്രം നടന്നില്ല. അയാൾ പട്ടാളക്കാരുടെ ടീമായ സർവീസസിന്റെ കളിക്കാരനായിരുന്നു. ഗോവയുമായി നടന്ന സന്തോഷ് ട്രോഫി മത്സരത്തിനിടെ ഉപ്പൂറ്റിയിൽ ഗുരുതരമായി പരിക്കേറ്റതോടെയാണ് അയാൾ കളി അവസാനിപ്പിച്ചത്.

വിജയിക്ക് സമ്മാനത്തുകയായി കിട്ടാനിടയുള്ള ആയിരത്തിയൊന്നു രൂപയിലായിരുന്നു നൗഷാദ് കണ്ണു വച്ചിരുന്നത്. എന്നാൽ ഒപ്പമുണ്ടായിരുന്ന പല മത്സരാർത്ഥികൾക്കും സമ്മാനത്തുകയോടൊപ്പമുള്ള വലിയ ട്രോഫിയിലായിരുന്നു നോട്ടം. ഓരോ റൗണ്ടുകൾ കഴിയുന്തോറും എല്ലാവരുടെയും ചങ്കിടിപ്പ് കൂടിവന്നു. അവസാന റൗണ്ടുവരെ നൗഷാദിനും എഞ്ചിനിയർ ജോണിക്കുട്ടിയുടെ മകൻ എഡ്വേർഡിനും തുല്യ പോയന്റായിരുന്നു. അതുകൊണ്ടുതന്നെ അവസാനചോദ്യം അതീവ നിർണായകമായിരുന്നു.

ക്വിസ്സ് മാസ്റ്റർ എല്ലാവരെയും മാറി മാറി നോക്കി. അവസാന ചോദ്യം ആദ്യം ഫുട്ബോൾ സംബന്ധിച്ചുള്ളത് ആയിരിക്കുമെന്ന് ഏറെക്കുറെ ഉറപ്പായിരുന്നു. അതു തന്നെ സംഭവിച്ചു.

"ഏതു വർഷമാണ് ഫുട്ബോൾ ഇല്ലാതെ ഒളിമ്പിക്സ് നടന്നത്?"

അവസാന റൗണ്ടിൽ ഉത്തരം പറയാൻ അവശേഷിച്ചിരുന്ന രണ്ടുപേരെയും ക്വിസ്സ് മാസ്റ്റർ നോക്കി.

"1896 ഏതൻസ് ഒളിംപിക്സ്!"

അതിവേഗം ഉത്തരം പറഞ്ഞുകൊണ്ട് എഡ്വേർഡ് എല്ലാവരെയും അത്ഭുതപ്പെടുത്തി. അപ്പോഴേക്കും അവിടെയുണ്ടായിരുന്ന കാണികൾ കൈയ്യടി തുടങ്ങിയിരുന്നു.

എന്നാൽ, പ്രത്യേകിച്ച് യാതൊന്നും സംഭവിക്കാത്ത മട്ടിൽ നൗഷാദ് ബാബു എഴുന്നേറ്റുനിന്ന് ആത്മവിശ്വാസത്തോടെ പറഞ്ഞു:

"ഒരു മത്സരയിനമായി ഉൾപ്പെടുത്തിയതിനു ശേഷം ഫുട്ബോൾ നടക്കാതെ പോയത് 1932 ലെ ലോസ് ഏഞ്ചലസ് ഒളിമ്പിക്സിലാണ്!"

ക്വിസ്സ് മാസ്റ്റർ വിശ്വാസം വരാത്ത മട്ടിൽ നൗഷാദ് ബാബുവിനെ നോക്കി. എന്നിട്ട് ശരിയുത്തരം പ്രഖ്യാപിച്ചു:

"1896 ആണ് ശരിയായ ഉത്തരം. ഇന്നത്തെ മത്സരത്തിൽ എഡ്വേർഡ് വിജയിച്ചതായി പ്രഖ്യാപിക്കുന്നു...'

മത്സരം അവസാനിച്ചിട്ടും നൗഷാദിന്റെ ഉള്ളിൽ ശരിയുത്തരമായി അവശേഷിച്ചത് 1932 തന്നെയായിരുന്നു. അവന്റെ ശരി കേൾക്കാൻ അന്നേരം അവിടെ ആരുമുണ്ടായിരുന്നില്ല. യഥാർത്ഥ ശരി തെളിയിക്കാൻ കഴിയാതെ പരാജയഭാരത്താൽ അവൻ തലയും കുമ്പിട്ട് അവിടെ നിന്നിറങ്ങി.

എന്നാൽ, തെറ്റ് മനസ്സിലാക്കിയ സംഘാടകർ മൂന്നാം ദിവസം അത് തിരുത്താൻ തയ്യാറായി. മത്സരം നടന്ന ദിവസം ക്ലബ്ബിൽ സമ്മാനദാനം നടന്നിരുന്നെങ്കിലും മൂന്നാം ദിവസം സ്കൂൾ അസംബ്ലിയിൽ വച്ച് നൗഷാദിന് ചലഞ്ചർ ക്ലബ്ബ് ഭാരവാഹികൾ മറ്റൊരു സമ്മാനം നൽകി. 'ചെറിയൊരു ട്രോഫിയും ഒരു കവറും' അടങ്ങുന്നതായിരുന്നു ആ സമ്മാനം. സ്കൂൾ അസംബ്ലിയിൽ വച്ച് സമ്മാനം ലഭിച്ചതോടെ നൗഷാദ് വീണ്ടും താരമായി.

ഏതായാലും, കവറിനുള്ളിലെ സമ്മാനത്തുക എത്രയാണെന്ന് അറിയാനുള്ള ആകാംക്ഷയിലായിരുന്നു നൗഷാദും ചങ്ങാതിമാരും.

ക്ലാസിലെത്തി കവർ തുറന്നു നോക്കിയ നൗഷാദ് അമ്പരന്നു പോയി.

7

ചലഞ്ചർ സ്പോർട്സ് ക്ലബ്ബ് സംഘടിപ്പിച്ച ഒളിമ്പിക്സ് ക്വിസ്സ് മത്സരത്തിൽ ഒന്നാമതെത്തിയ നൗഷാദ് ബാബുവിന് ഒരായിരം അഭിനന്ദനങ്ങൾ!

എന്ന ഒരു കുറിപ്പ് മാത്രമായിരുന്നു ആ കവറിലുണ്ടായിരുന്നത്.

നൗഷാദിനേക്കാൾ നിരാശ പ്രകടിപ്പിച്ചത് ഹക്കീമും രഞ്ജിത്തുമായിരുന്നു.

"എന്തൊരു ദുഷ്ടത്തരമാണ് അവര് ചെയ്തത്... ഇങ്ങനെ കൊതിപ്പിക്കരുതായിരുന്നു... കഷ്ടമായിപ്പോയി. ഈ സ്കൂൾ പരിസരം വിട്ടു പോകുന്നതിനു മുമ്പ് മുമ്പ് അവരോട് ചെന്ന് രണ്ടു വാക്ക് സംസാരിക്കണം."

രഞ്ജിത്ത് പറഞ്ഞു.

"നമുക്ക് ഇക്കാര്യം എച്ചെമ്മിനോട് പറഞ്ഞാലോ? അല്ലെങ്കിൽ വേണ്ട, നമുക്ക് ചെന്ന് യശോദ ടീച്ചറെ കാണണം... എല്ലാവരും അറിയട്ടെ ആ ക്ലബ്ബുകാര് ചെയ്ത വൃത്തികേട്!"

ഹക്കിം കൂട്ടിച്ചേർത്തു.

എല്ലാം കേട്ടിട്ടും ഒന്നും മിണ്ടാതെ ദൂരേക്ക് നോക്കി നിൽക്കുകയായിരുന്നു നൗഷാദ്. അല്പ നേരത്തെ നിശബ്ദതയ്ക്കു ശേഷം അവൻ പതിഞ്ഞ ശബ്ദത്തിൽ പറഞ്ഞു:

"സാരമില്ല പോട്ടെ, അവരുടെ കയ്യിൽ നമുക്ക് തരാൻ ഒന്നും ഇല്ലാത്തതു കൊണ്ടായിരിക്കും അവരങ്ങനെ ചെയ്തത്... ഏതായാലും, തെറ്റുതിരുത്താൻ അവർ തയ്യാറായല്ലോ എനിക്ക് അത്രയും മതി."

"ഇതാണ് നിന്റെ കുഴപ്പം. നിനക്ക് അർഹതപ്പെട്ട പണംപോലും നീ വേണ്ടെന്നു വെക്കുന്നു... എന്തൊരു മനസ്സാടാ നിന്റേത്...'

അതുപറയുമ്പോൾ രഞ്ജിത്ത് വിതുമ്പുന്നുണ്ടായിരുന്നു.

"1932ലെ ഒളിമ്പിക്സിൽ നിന്ന് ഫുട്ബോൾ ഒഴിവാക്കിയത് എന്തുകൊണ്ടാണെന്ന് അറിയാമോ?"

വിഷയം മാറ്റാൻ വേണ്ടി നൗഷാദ് ബാബു ഒരു വിഷയം എടുത്തിട്ടു.

"ഓ, ഇനിയിപ്പോ അതൊക്കെ അറിഞ്ഞിട്ട് എന്താ കാര്യം?"

ഹക്കിം അലസമായി പറഞ്ഞു.

"അറിയാം. ഞങ്ങൾക്കറിയാം... നിന്റെ ഫുട്ബോൾ കമ്പത്തെക്കുറിച്ച് ഞങ്ങൾക്ക് നന്നായി അറിയാവുന്നതല്ലേ... ഫുട്ബോൾ കമ്പം മൂത്താണല്ലോ നീയൊരു കറവക്കാരനായത്... ആ ഗൾഫുകാരൻ റഷീദിക്കയും നിന്നെ ചൂഷണം ചെയ്തത് ആ വഴിക്ക് ആയിരുന്നല്ലോ... എത്ര അനുഭവങ്ങളുണ്ട്. ഇനി എന്നാണ് നീ എല്ലാം മനസ്സിലാക്കുന്നത്..?"

രഞ്ജിത്ത് പഴയ ചില ഓർമ്മകളിലേക്ക് നൗഷാദിനെ കൂട്ടിക്കൊണ്ടുപോയി.

നൗഷാദിന്റെ ഫുട്ബോൾ കമ്പമാണ് അവനെ ഒരു കറവക്കാരനാക്കിയത്. അയൽവാസിയായ റഷീദായിരുന്നു അതിനു കാരണക്കാരൻ. ലോകകപ്പിൽ ഉപയോഗിച്ച പന്ത് ആദ്യമായി അന്നാട്ടിൽ കൊണ്ടുവന്നത് അയാളായിരുന്നു.

ആ വാർത്ത നാട്ടിൽ കാട്ടുതീ പോലെ പരന്നു. റഷീദിന്റെ വീട്ടിലേക്ക് ജനപ്രവാഹമായിരുന്നു. എങ്കിലും, പന്തിൽ ഒന്നു തൊട്ടുനോക്കാൻ പോലും അയാൾ ആരെയും സമ്മതിച്ചില്ല. ചില പന്തുകൾ കളിക്കാനുള്ളതല്ല എന്ന അഭിപ്രായക്കാരനായിരുന്നു അയാൾ. കളിക്കാനല്ലെങ്കിൽ പന്തിനെ എന്തിനു കൊള്ളാം എന്നതായിരുന്നു നൗഷാദിന്റെ പക്ഷം. എന്നാലും, ആ പന്തിനെ ഒരുനോക്കു കാണാൻ മാത്രം നൗഷാദ് എന്തെങ്കിലും കാരണങ്ങളുണ്ടാക്കി അവിടെ കയറിയിറങ്ങി.

'എന്നാണ് റഷീദിക്ക മടങ്ങിപ്പോകുന്നത്? പോകുമ്പോൾ പന്തും ഒപ്പം കൊണ്ടുപോകുമോ?' എന്ന കാര്യത്തിലായിരുന്നു നൗഷാദിനെപ്പോലെ മിക്ക കുട്ടികളുടെയും ആകാംക്ഷ.

"റഷീദിക്ക മടങ്ങിപ്പോകുമ്പോൾ പന്ത് നൗഷാദിനു കൊടുക്കും"

–എന്ന് ആദ്യമായി പറഞ്ഞത് ഹർഷനായിരുന്നു. നൗഷാദിനൊ

പ്പം സ്കൂളിലേക്ക് പോകുമ്പോഴായിരുന്നു ആ സംഭവം. ഹർഷൻ പറഞ്ഞത് ചിലരെങ്കിലും വിശ്വസിച്ചു. രണ്ടു ദിവസം കഴിഞ്ഞപ്പോൾ ഹർഷനു തന്നെ സംശയമായി കേൾക്കുന്ന വാർത്ത സത്യമാണോ എന്ന്. സഹികെട്ട ഹർഷൻ ഒടുവിൽ റഷീദിനോടുതന്നെ അക്കാര്യം അന്വേഷിക്കാൻ തീരുമാനിച്ചു.

"അല്ല റഷീദിക്കാ, ഈ കേൾക്കുന്നതൊക്കെ സത്യമാണോ?"

"ആദ്യം നീയെന്താ കേട്ടതെന്നു പറയ്... എന്നാലല്ലേ സത്യമാണോ അല്ലയോ എന്നു പറയാൻ കഴിയൂ..."

റഷീദ് ഒന്നും മനസ്സിലാകാത്ത മട്ടിൽ പറഞ്ഞു.

"റഷീദിക്ക മടങ്ങിപ്പോകുമ്പോൾ ആ പന്ത് നൗഷാദിനു കൊടുക്കുമെന്നൊക്കെ ചിലര് പറയുന്നത് ഞാൻ കേട്ടിരുന്നു... അത് സത്യമാണോ എന്നറിയാൻ..."

ഹർഷൻ കാര്യങ്ങൾ ഒരുവിധം പറഞ്ഞൊപ്പിച്ചു.

"ഓഹോ, അങ്ങനെയൊരു വാർത്തയുണ്ടോ നാട്ടിൽ? അക്കാര്യം ഇതേവരെ ഞാനറിഞ്ഞിരുന്നില്ല. ഏതായാലും ഇപ്പോഴെങ്കിലും അറിഞ്ഞതു നന്നായി. ഞാൻ ഈ പന്ത് എന്തു ചെയ്യണമെന്ന് ആലോചിച്ചുകൊണ്ടിരിക്കുകയായിരുന്നു... ഏതായാലും ഇപ്പോൾ ആശ്വാസമായി. ശരി, ഞാൻ അങ്ങനെ ചെയ്യുന്നതിൽ നിനക്ക് എന്തെങ്കിലും വിരോധമുണ്ടെങ്കിൽ അതും കൂടി ഇപ്പോൾ പറയണം."

റഷീദ് പറഞ്ഞതു കേട്ട ഹർഷൻ കുറേനേരത്തേക്ക് ഒന്നും മിണ്ടിയില്ല. പിന്നെയും അവിടെത്തന്നെ കുറേനേരം കൂടി ചുറ്റിപ്പറ്റി നിന്നശേഷം അവൻ നേരെ ഓടിയത് നൗഷാദിന്റെ വീട്ടിലേക്കായിരുന്നു.

ഹർഷൻ ആണയിട്ടു പറഞ്ഞിട്ടും അത് നൗഷാദിന് വിശ്വസിക്കാനായില്ല. ഒടുവിൽ നൗഷാദിനെയും കൂട്ടി ഹർഷൻ റഷീദിന്റെ വീട്ടിലെത്തി.

രണ്ടുപേരും വന്നത് എന്തിനാണെന്നു മനസ്സിലാക്കിയ റഷീദ് വിചിത്രമായ ഒരു ആവശ്യം മുന്നോട്ടുവച്ചു.

"കുറേ ദിവസമായി ഇവിടത്തെ കറവക്കാരൻ വരുന്നില്ല. പകരം ഒരാളെ അന്വേഷിച്ചിട്ട് കിട്ടിയതുമില്ല... നിന്നോടെങ്ങനാ നൗഷാദേ ഞാൻ അക്കാര്യം ആവശ്യപ്പെടുന്നത്... അന്നേരം നീ കരുതും നിനക്ക് ഞാൻ പന്തു തരുന്നതുകൊണ്ടാണ് പശുവിനെ കറക്കാൻ പറഞ്ഞതെന്ന്... ഇവിടത്തെ കറമ്പിപ്പശു പാവമാണ്... എ

ന്നാലും... നീ കുട്ടിയല്ലേ... ഞാൻ ഇതൊക്കെ നിന്നോട് ആവശ്യപ്പെടാൻ പാടുണ്ടോ..."

റഷീദ് പറഞ്ഞുവന്നത് പാതിവഴിയിൽ നിർത്തി. എന്നിട്ട് പന്ത് നൗഷാദിന്റെ നേരെ നീട്ടി. പക്ഷേ, അവൻ പന്തിൽ തൊട്ടില്ല. പകരം "അക്കാര്യം ഞാനേറ്റു" എന്നു മാത്രം പറഞ്ഞു.

അങ്ങനെ, നൗഷാദിന്റെ ഫുട്ബോൾ ഭ്രമത്തെ റഷീദ് സമർത്ഥമായി ഉപയോഗിച്ചു. വല്ലപ്പോഴുമൊക്കെ പന്ത് അവന്റെ കൈയിൽ നൽകുകയും ചെയ്തുകൊണ്ടിരുന്നു. അതിനുപകരം ആ വീട്ടിലെ കറമ്പിപ്പശുവിനെ നൗഷാദിന് എല്ലാ ദിവസും കറക്കേണ്ടിവന്നു. റഷീദ് ഗൾഫിലേക്ക് പോകുന്നതിനുമുമ്പ് ഫുട്ബോൾ നൗഷാദിന് നൽകുമെന്നകാര്യത്തിൽ ആർക്കും സംശയമുണ്ടായിരുന്നില്ല. റഷീദ് സൗദി അറേബ്യയിലേക്ക് മടങ്ങിപ്പോകുന്ന ദിവസം രാവിലെ പത്രവിതരണത്തിനിറങ്ങിയ നൗഷാദ് ഒരു കാഴ്ച കണ്ട് ഞെട്ടിപ്പോയി.

8

വീടിനടുത്തുള്ള ഒരു വാർഡിൽ പത്രം ഇടുന്നത് നൗഷാദ് ആയിരുന്നു. അതിരാവിലെ പത്രവിതരണത്തിന് ഇറങ്ങിയപ്പോഴാണ് നൗഷാദ് ആ കാഴ്ച കണ്ടത്:

ഒരു വെളുത്ത അംബാസഡർ കാറിന്റെ മുൻസീറ്റിൽ റഷീദ് ഇരിക്കുന്നു. കഴിഞ്ഞ കുറേ ദിവസങ്ങളായി നൗഷാദിനെ മോഹിപ്പിച്ച പന്ത് അയാളുടെ കൈകളിൽ ഉണ്ടായിരുന്നു. കാറിനു മുകളിൽ കെട്ടിവച്ചിരിക്കുന്ന പെട്ടികൾ കണ്ടാലറിയാം, അയാൾ സൗദി അറേബ്യയിലേക്കുള്ള മടക്കയാത്രയിലാണ്.

ആ കാഴ്ച കണ്ട നൗഷാദ് കുറെ നേരം അവിടെത്തന്നെ തരിച്ചു നിന്നുപോയി. അവന് ശബ്ദംപോലും പുറത്തേക്ക് വന്നില്ല. ആ ദിവസം അവൻ ആരോടും ഒന്നും മിണ്ടിയില്ല.

റഷീദ് പന്തുമായി സൗദി അറേബ്യയിലേക്ക് മടങ്ങിപ്പോയെങ്കിലും നൗഷാദ് കറവ തുടർന്നു.

പത്രവിതരണം മിക്കവാറും ആറുമണിക്കുമുമ്പുതന്നെ പൂർത്തിയാവുന്നതിനാൽ, ആരാണ് പത്രമിടുന്നതെന്ന് ആരുമറിയാറില്ല. കായിക വാർത്തകൾക്കൊപ്പം പ്രത്യക്ഷപ്പെടുന്ന ഫുട്ബോൾ വാർത്തകളോടായിരുന്നു എന്നും നൗഷാദിനു താൽപര്യം. ഫുട്ബോൾ സംബന്ധിച്ച വാർത്തകളുണ്ടെങ്കിൽ മിക്കപ്പോഴും ആറുമണി കഴിയും പത്രവിതരണം പൂർത്തിയാകാൻ. ഫുട്ബോൾ വാർത്തകൾക്കൊപ്പം മെസ്സിയുടെയോ നെയ്മറുടെയോ റൊണാൾഡോയുടെയോ ഇനിയസ്റ്റയുടെയോ സാവിയുടെയോ ചിത്രമുണ്ടെങ്കിൽ ആ പേജുകൾ ബസ്സ് സ്റ്റാന്റിൽ വച്ചുതന്നെ നൗഷാദിന്റെ കുപ്പായത്തിനുള്ളിൽ നെഞ്ചോടു ചേർന്നിരിക്കും. അങ്ങനെ ശേഖരിച്ച ചിത്ര

ങ്ങളാണ് നൗഷാദിന്റെ വീടിന്റെ ഉമ്മറം മുതൽ അടുക്കളവാതിൽ വരെ ഒട്ടിച്ചിരിക്കുന്നത്. ഓരോ ചിത്രങ്ങൾക്കും നൗഷാദിന്റെ ഭാഷയിൽ ഒരു അടിക്കുറിപ്പും ഉണ്ടാവും.

പത്രവിതരണവും കറവയും കഴിഞ്ഞ് ഏഴരയാകുമ്പോഴേക്ക് നൗഷാദ് വീട്ടിലെത്തും. പിന്നെ ഉമ്മയാണ് അവന്റെ ലോകം. ആ വീട്ടിൽ ഉമ്മയും അവനും മാത്രമാണ് തമസിക്കുന്നത്. നാലു മൺചുമരിന്റെയും ഓലമേഞ്ഞ മേൽക്കൂരയുടെയും സുരക്ഷമാത്രമാണ് അവരെ സംബന്ധിച്ചിടത്തോളം വീട്. അയൽവാസികളുടെ സമ്മതം കിട്ടാത്തതുകൊണ്ടുമാത്രം വൈദ്യുതി വന്നു കയറിയിട്ടില്ലാത്ത അപൂർവം വീടുകളിലൊന്നായിരുന്നു അത്. എങ്കിലും, സദാസമയവും പാടിക്കൊണ്ടിരിക്കുന്ന ഒരു റേഡിയോ അവിടെയുണ്ട്. വലിയ മൂന്ന് ബാറ്ററിയുടെ ഊർജത്തിൽ പാടുന്ന ആ റേഡിയോ മാത്രമാണ് ആ വീട്ടിലെ ഏക ആഡംബരവസ്തു.

റേഡിയോ പാടുന്നത് പകൽ സമയം ആ വീട്ടിൽ ഒറ്റപ്പെട്ടുപോയ ഉമ്മയ്ക്കുവേണ്ടിയാണ്. പിന്നീട് നൗഷാദ് വീട്ടിലേക്ക് വന്നു കയറുന്നതോടെ റേഡിയോയുടെ ശബ്ദത്തോടൊപ്പം അവന്റെ ശബ്ദവും കൂടിക്കലരും.

പ്രത്യേകിച്ച് പണിയൊന്നുമില്ലെങ്കിൽ ഉമ്മയോടൊപ്പം നൗഷാദ് വീട്ടിലുണ്ടാകും. അത്തരമൊരു പ്രതീക്ഷയുടെ ബലത്തിലാണ് രഞ്ജിത്തും ഹക്കീമും നൗഷാദിനെ അന്വേഷിച്ച് അവന്റെ വീട്ടിലേക്ക് ചെന്നുനോക്കാമെന്നു തീരുമാനിച്ചത്. യാത്രാമധ്യേ പത്ത് ഡി ക്ലാസ്സിലെ ഹർഷനും അവർക്കൊപ്പം കൂടി. ഹർഷനും നൗഷാദും അയൽവാസികളായിരുന്നെങ്കിലും നൗഷാദ് വീട്ടിലുണ്ടാവുമെന്ന കാര്യത്തിൽ അവനും അത്ര ഉറപ്പില്ലായിരുന്നു.

വിശാലമായൊരു നെൽപ്പാടത്തിന്റെ നേർത്ത വരമ്പിലൂടെയാണ് നൗഷാദിന്റെ വീട്ടിലേക്ക് പോകുന്നത്. അവർ വയൽ വരമ്പിലേക്ക് ചെന്നു കയറിയതും അപ്രതീക്ഷിതമായി നൗഷാദ് ബാബുനെ കണ്ടു:

വയൽ വരമ്പിലൂടെ അതിവേഗം നടന്നുപോകുകയായിരുന്നു അവൻ.

“എടാ നൗഷാദേ, നൗഷാദ് ബാബൂ... ഒന്നു നിന്നേ...”

കഴിയുന്നത്ര ഉറക്കെ വിളിച്ചിട്ടും രഞ്ജിത്തിന്റെ ശബ്ദത്തിന് നൗഷാദിനെ തടഞ്ഞുനിർത്താനായില്ല.

“നമ്പർ തേർട്ടീസെവൻ...”

ഹക്കീമിന്റെ ആ നമ്പർ ഏറ്റു. 37 എന്ന വിളികേട്ട് നൗഷാദ് പെട്ടെന്ന് തിരിഞ്ഞുനിന്നു.

“എന്തൊരു പാച്ചിലാടാ ഇത്?”

രഞ്ജിത്ത് ദേഷ്യം മറച്ചുവച്ചില്ല. അതേസമയം, രഞ്ജിത്തിനും ഹക്കിമിനും ഒപ്പം ഓടിയെത്താൻ ശ്രമിച്ച ഹർഷൻ വല്ലാതെ കിതയ്ക്കുന്നുണ്ടായിരുന്നു.

“എടാ, അത്... ഉമ്മായ്ക്ക് പെട്ടെന്ന് അസുഖം കൂടി. ഞാൻ മരുന്നുംവാങ്ങി പോകുവാ. നിങ്ങള്... നിങ്ങള് എന്നെ അന്വേഷിച്ചു വന്നതിന്റെ കാര്യമെന്താണെന്നു പറയ്...”

നൗഷാദിന്റെ മറുപടികേട്ട് എന്തുപറയണമെന്നറിയാതെ രഞ്ജിത്തും ഹക്കീമും പരസ്പരം നോക്കി.

“എടാ, നൗഷാദേ... അതുപിന്നെ, ങാ, നാളെ യശോദ ടീച്ചർ ഇംഗ്ലീഷിന്റെ പരീക്ഷ പറഞ്ഞിട്ടുണ്ട്. അതുകൊണ്ട്... മാത്രമല്ല... നീ ഏതായാലും നാളെ വന്നേ പറ്റൂ...”

ഹക്കീമിന്റെ മനസ്സിലിരിപ്പ് അതല്ലെന്ന് നൗഷാദിന് മനസ്സിലായി. പക്ഷേ, നൗഷാദ് എന്തെങ്കിലും പറയുന്നതിനുമുമ്പ് രഞ്ജിത്ത് ഇടയ്ക്കുകയറി.

“അല്ലാ.... അതുപിന്നെ... ഒരു കാര്യം ചെയ്യ്, നീ ഏതായാലും നാളെ വരുമല്ലോ അപ്പോൾ വിശേഷങ്ങൾ വിശദമായിട്ട് പറയാം...”

“അപ്പോ, നാളെ പകൽ പണിക്കുപോകാൻ കഴിയില്ല. ഞാൻ നാളെ പണിക്കരു മുതലാളിയുടെ കൊപ്രാക്കളത്തിൽ ചെല്ലാമെന്ന് ഏറ്റിരുന്നതാണ്. അത് ഇനി നടക്കുമെന്ന് തോന്നുന്നില്ല. അങ്ങനെയെങ്കിൽ... ഒരു കാര്യം ചെയ്യാം...”

സുഹൃത്തുക്കളുടെ മുഖത്തേക്ക് മാറി മാറി നോക്കിയിട്ട് എന്തൊക്കെയോ കണക്കുകൂട്ടലുകൾ നടത്തിയ ശേഷം നൗഷാദ് കൂട്ടിച്ചേർത്തു.

“ങാ, ഇന്നലെ ഞാൻ വാങ്ങിയ ഹിന്ദിയും സോഷ്യലും ബുക്കുകൾ നാളെ വരുമ്പോൾ തരാം.”

“ഓകെ. അളിയാ, എന്നാൽ നാളെ കാണാം.”

രഞ്ജിത്ത് ഹക്കീമിന്റെ കൈയിൽ മുറുകെപ്പിടിച്ചുകൊണ്ട് സാവധാനം തിരിഞ്ഞുനടന്നു.

വീടിനെ ലക്ഷ്യമാക്കി അതിവേഗം വരമ്പത്തുകൂടെ ഓടിമറയു

ന്നതിനിടയിൽ പെട്ടെന്ന് എന്തോ ഓർത്തിട്ടെന്നപോലെ നൗഷാദ് തിരിഞ്ഞുനോക്കി. അന്നേരം അവന്റെ മനസ്സിൽ ഒരു കൊളുത്തിവലി ഉണ്ടായി:

'അവർക്ക് പ്രധാനപ്പെട്ട എന്തോ ഒരു കാര്യം എന്നോടു പറയാനുണ്ടായിരുന്നു. അതെന്തായിരിക്കും?'

9

നൗഷാദ് ബാബുവിനെപ്പോലെ തന്നെയാണ് അവന്റെ വീട്ടിലെ റേഡിയോയും. പുറത്തിറങ്ങാറില്ലന്നേയുള്ളൂ, എപ്പോഴും തിരക്കിലായിരിക്കും. റേഡിയോ എപ്പോഴും പാടിക്കൊണ്ടേയിരിക്കും; ഉമ്മ ഉണരുന്നതു മുതൽ ഉറങ്ങുന്നതുവരെ. ആ റേഡിയോയ്ക്കും നൗഷാദിനും ഒരേ പ്രായമാണെന്ന് ഉമ്മ അവനോടു പറഞ്ഞിട്ടുണ്ട്. നൗഷാദ് ജനിച്ച സന്തോഷത്തിൽ അവന്റെ ഉപ്പ, ഉമ്മയ്ക്ക് വാങ്ങിക്കൊടുത്ത സമ്മാനമാണ് ആ റേഡിയോ. അതുകൊണ്ടു തന്നെയാണ് ഉമ്മയ്ക്കും നൗഷാദിനും ആ റേഡിയോ അത്രമേൽ പ്രിയപ്പെട്ടതായത്. നൗഷാദിന്റെ ജനനം മുതൽ യാതൊരു പരാതിയുമില്ലാതെ ഒരു മൂലയ്ക്കിരുന്ന് പാടിക്കൊണ്ടിരിക്കുകയാണ് ആ പാട്ടുപെട്ടി.

ആ പാട്ടുപെട്ടിയുടെ കഥ ഇങ്ങനെയാണ്:

നൗഷാദ് ജനിച്ച വിവരമറിഞ്ഞ് സന്തോഷം അടക്കാനാവാതെ ഉപ്പ ആശുപത്രിയിലെത്തിയപ്പോൾ എന്താണ് വേണ്ടതെന്ന് അവന്റെ ഉമ്മയോടു ചോദിച്ചു. യാതൊരു സംശയവുമില്ലാതെ ഉമ്മ ഒരു ആഗ്രഹം പ്രകടിപ്പിച്ചു:

“എനിക്ക്... എനിക്കൊരു പാട്ടുപെട്ടി വാങ്ങിത്തരുമോ? എപ്പോഴും എന്റെ അരികിലിരുന്ന് പാടിത്തരുന്ന ഒരു പാട്ടുപെട്ടി!”

കോളാമ്പി പോലുള്ള പാട്ടുപെട്ടിയായിരുന്നു ഉമ്മയുടെ മനസ്സിൽ. ഉപ്പയ്ക്കും അക്കാര്യം മനസ്സിലായി. എങ്കിലും, ഉപ്പ യാതൊരു ഭാവഭേദവും കാട്ടിയില്ല. മിണ്ടാതെ പുറത്തേക്ക് ഇറങ്ങിപ്പോയ ഉപ്പ, പിന്നീട് അമ്മയെയും കുഞ്ഞിനെയും ആശുപത്രിയിൽ നിന്ന് കൂട്ടിക്കൊണ്ടു വന്നപ്പോഴേക്കും മർഫി കമ്പനിയുടെ ഒരു റേഡിയോ വീട്ടിൽ തരപ്പെടുത്തിയിരുന്നു.

റേഡിയോ കണ്ടതോടെ നൗഷാദിന്റെ ഉമ്മയ്ക്ക് ഒരേസമയം കരച്ചിലും ചിരിയും വന്നു. ആ സ്ത്രീ പരിഭവം മറച്ചുവച്ചില്ല:

"ഞാൻ... ഞാൻ ഉദ്ദേശിച്ച പാട്ടുപെട്ടി ഇതല്ല. ഞാൻ പറഞ്ഞത് രാജൻ ഡോക്ടറുടെ വീട്ടിലിരുന്ന് പാടുന്നതുപോലെ... ഒരെണ്ണം വേണമെന്നാണ്. കോളാമ്പി പോലുള്ള തിളക്കമുള്ള ഒരു പാട്ടുപെട്ടി... ഇത്... ഇതൊരു റേഡിയോ അല്ലേ... ഇതിൽ എല്ലായ്പ്പോഴും പാട്ടു കേൾക്കാൻ കഴിയില്ലല്ലോ..."

നൗഷാദിന്റെ ഉപ്പ ഒരു പിടിവള്ളി കിട്ടിയതുപോലെ പുഞ്ചിരിച്ചുകൊണ്ടു പറഞ്ഞു:

"ശരിയാണ്, നീ പറഞ്ഞത് ശരിയാണ് സുബൈദാ! റേഡിയോയിൽ എപ്പോഴും പാട്ടു കേൾക്കാൻ കഴിയില്ല. ഇടയ്ക്കിടക്ക് വാർത്തകളും മറ്റു രസകരമായ പരിപാടികളുമുണ്ട്. പിന്നെ, എപ്പോഴും പാട്ടുതന്നെ കേട്ടുകൊണ്ടിരുന്നാൽ ബോറടിക്കില്ലേ... അതുകൊ

ണ്ടാണ് ഞാൻ റേഡിയോ വാങ്ങിയത്..."

ആ മറുപടി നൗഷാദിന്റെ ഉമ്മയ്ക്ക് ഇഷ്ടപ്പെട്ടില്ല.

"ഞാൻ ആഗ്രഹിച്ച പാട്ടുപെട്ടി ഏതാണെന്ന് നിങ്ങക്ക് അറിയാത്തതുകൊണ്ടൊന്നുമല്ല ഈ പൊട്ടൻ റേഡിയോയും വാങ്ങിക്കൊണ്ടു വന്നത്... കൈയിൽ കാശില്ലെങ്കിൽ അതങ്ങു പറഞ്ഞാൽ പോരേ...?"

"അതെ! നീ ഇപ്പോൾ പറഞ്ഞതാണ് ശരിക്കും ശരി. സത്യം പറഞ്ഞാൽ ആശുപത്രിയിലെ ബില്ലുകളും കൊടുത്ത്, മരുന്നുകളും വാങ്ങിക്കഴിഞ്ഞപ്പോൾ എന്റെ കീശ കാലിയായി... നോക്കട്ടെ, ഇത്തവണത്തെ നമ്മുടെ വിളവ് ഗംഭീരമാകുമെന്നു തന്നെയാണ് എന്റെ മനസ്സു പറയുന്നത്. അങ്ങനെ സംഭവിച്ചാൽ ഉറപ്പായിട്ടും ഞാനൊരുഗ്രൻ പാട്ടുപെട്ടി വാങ്ങും... നീ നോക്കിക്കോ...!"

പിന്നീട് കുറേനേരത്തേക്ക് രണ്ടുപേരും ഒന്നും മിണ്ടിയില്ല. ആകാശവാണിയിൽ നിന്ന് ചിത്രമഞ്ജരിയിലെ ചലച്ചിത്രഗാനങ്ങൾ കേട്ടുതുടങ്ങിയതോടെ നൗഷാദിന്റെ ഉപ്പ വീണ്ടും ഉഷാറായി.

"കേട്ടില്ലേ, കേട്ടില്ലേ... ഹാ! എത്ര നല്ല പാട്ടാണ്...!"

അങ്ങനെയാണ് റേഡിയോ ആ വീട്ടിലെ ഒരംഗമാകുന്നത്.

ബാറ്ററികൾ പലതവണ മാറിയിടണം എന്നതൊഴികെ മറ്റൊരു വികൃതിയും ആ റേഡിയോ ഇതേവരെ പ്രകടിപ്പിച്ചിട്ടില്ല.

ഉമ്മ തളർന്നു കിടപ്പിലായതിനു ശേഷമാണ് വീട്ടിലേക്ക് വൈദ്യുതി കൊണ്ടുവരുന്നതിനെക്കുറിച്ച് നൗഷാദ് കാര്യമായി ശ്രമിക്കാൻ തുടങ്ങിയത്. അതിനു മുമ്പുതന്നെ നൗഷാദിന്റെ ഉപ്പ അത്തരമൊരു ശ്രമം നടത്തിയിരുന്നുവെങ്കിലും അതൊന്നും ഫലം കണ്ടില്ല. അയൽവീടുകളിലെല്ലാം കറന്റുണ്ടായിരുന്നെങ്കിലും അവരാരും നൗഷാദിന്റെ വീട്ടിലേക്ക് ലൈൻ വലിക്കാൻ അനുവാദം നൽകാത്തതുകൊണ്ടു മാത്രമായിരുന്നു ആ വീടു മാത്രം ഇരുൾ മൂടിക്കിടന്നത്.

അയൽവാസിയായ റഷീദ് ആദ്യമായി ഗൾഫിൽ നിന്നു വന്നപ്പോൾ വാങ്ങിയ പുതിയ മാരുതി കാർ അയാളുടെ വീട്ടിലേക്ക് ഓടിച്ചുകൊണ്ടുപോകാനുള്ള വഴി സ്വന്തം പറമ്പിൽനിന്ന് സൗജന്യമായി വിട്ടുകൊടുക്കാനുള്ള മനസ്സ് നൗഷാദിനുണ്ടായിരുന്നു. എങ്കിലും, റഷീദിന്റെ പറമ്പിന്റെ ഒരു മൂലയിലൂടെ വൈദ്യുതിക്കമ്പി വലിക്കാനുള്ള അനുവാദം മാത്രം നൗഷാദിന് കിട്ടിയില്ല. വെളിച്ച

മുണ്ടാകേണ്ടത് മനസ്സിലാണ് എന്ന തിരിച്ചറിവ് നൗഷാദിനുണ്ടായത് അക്കാലത്താണ്.

ഏഴാം ക്ലാസ്സിലെ അരക്കൊല്ലപ്പരീക്ഷ ഒഴിയുന്ന ദിവസമാണ് നൗഷാദിന്റെ ഉമ്മ കിടപ്പിലായത്. പിന്നീട് ഉമ്മ വീടിനു പുറത്തിറങ്ങിയിട്ടില്ല. ചെറിയ കുട്ടിയായിരിക്കുമ്പോൾ ഉപ്പയെ നഷ്ടപ്പെട്ട നൗഷാദിന് അവശേഷിച്ച ചിറകും നഷ്ടമായത് അങ്ങനെയാണ്. പിന്നീട് അവൻ സ്വന്തമായി ഒരു ആകാശവും പറക്കാൻ ചിറകുകകളും സ്വയം നിർമിക്കുകയായിരുന്നു.

സാധാരണക്കാരനായ ഒരു കുട്ടിയെ സംബന്ധിച്ചിടത്തോളം നന്നായി പഠിക്കുകയല്ലാതെ അനുഭവിച്ചുകൊണ്ടിരിക്കുന്ന ദുരിതങ്ങളിൽ നിന്ന് മോചനം സാധ്യമാകില്ലെന്ന് അവന് ബോധ്യമായത് അങ്ങനെയാണ്.

തളർന്നുവീണ ഉമ്മയുടെ മരുന്നുകാശിനുവേണ്ടി അവൻ ആരുടെ മുന്നിലും കൈനീട്ടിയിട്ടില്ല. അതുപോലെ തന്നെ പഠിക്കാത്തതിന്റെ പേരിൽ തല്ലുകൊള്ളാൻ അധ്യാപകർക്കു മുന്നിലും അവൻ കൈ നീട്ടിയിട്ടില്ല. കാരണം, അവന്റെ ജീവിതത്തിന് ഒരു ലക്ഷ്യമുണ്ടായിരുന്നു. ആ ലക്ഷ്യത്തിലേക്കുള്ള വഴിയിൽ ചുറ്റുമുള്ള മനുഷ്യർ വേണ്ടപ്പെട്ടവരാണെന്നു കരുതി അവൻ തന്നാലാവുംവിധം നന്മകൾ ചെയ്തു. പ്രതിഫലം പ്രതീക്ഷിച്ചുകൊണ്ട് എന്തെങ്കിലും ചെയ്യുമ്പോൾ മാത്രമാണ്, അത് കിട്ടാതെ വരുമ്പോൾ നിരാശ തോന്നുന്നതെന്ന് അവന് അതിനോടകം ബോധ്യമായിരുന്നു.

ജീവിതം പഠിപ്പിക്കുന്ന പാഠങ്ങൾക്ക് വീര്യം കൂടുതലായിരിക്കും. പിന്നീടുള്ള നൗഷാദിന്റെ ജീവിതത്തിൽ അങ്ങനെയാണ് സംഭവിച്ചത്.

10

നൗഷാദ് വീട്ടിലില്ലാത്തപ്പോഴൊക്കെ റേഡിയോ ആണ് ഉമ്മായുടെ കൂട്ട്. നൗഷാദ് രാവിലെ പത്രവിതരണത്തിന് പുറത്തേക്കിറങ്ങുമ്പോൾ മുതൽ റേഡിയോ ഒച്ച കേൾപ്പിച്ചു തുടങ്ങും. പിന്നീട്, മടങ്ങി വന്ന് വീട്ടുജോലികൾ തീർത്ത് സ്കൂളിലേക്കിറങ്ങുമ്പോഴും പതിഞ്ഞ ശബ്ദത്തിൽ റേഡിയോ പാടുന്നുണ്ടായിരിക്കും.

ആകാശവാണി, നിങ്ങൾ കേട്ടുകൊണ്ടിരിക്കുന്നത് ചിത്രമഞ്ജരി...

'ബെസ്റ്റ് ആക്ടർ' എന്ന ചലച്ചിത്രത്തിനുവേണ്ടി അരുൺ എളാട്ട് ആലപിച്ചതാണ് അടുത്ത ഗാനം. ഗാനരചന - സന്തോഷ് വർമ... സംഗീതം - ബിജിബാൽ...

"സ്വപ്നമൊരു ചാക്ക്...
തലയിലതു താങ്ങിയൊരു പോക്ക്
ഉടയവനലിഞ്ഞു വിളി കേട്ട് ഇവനു വഴികാട്ട്...."

നൗഷാദിന് ഏറ്റവും ഇഷ്ടപ്പെട്ട പാട്ടുകളിലൊന്നായിരുന്നു അത്. അവൻ റേഡിയോയുടെ ശബ്ദം അൽപം കൂട്ടി. ആ പാട്ടിലെ വരികൾ കേട്ടു തുടങ്ങിയതോടെ അവന്റെ ഉമ്മയുടെ കണ്ണുകൾ നിറഞ്ഞൊഴുകി.

നൗഷാദ് വീടിന്റെ ഉമ്മറത്തേക്ക് ഇറങ്ങി. മെസ്സിയുടെയും നെയ്മറുടെയും റൊണാൾഡോയുടെയും ഇനിയസ്റ്റയുടെയും പല പോസുകളിലുള്ള ചിത്രങ്ങളാൽ അലംകൃതമായ ചുവരുകൾ. ഇടയ്ക്കിടക്ക് ചില പെയിന്റിംഗുകളും കാണാം. ചായത്തിനു പകരം കരിക്കട്ടയും ചെങ്കല്ലും പച്ചിലച്ചാറും മാത്രമായിരുന്നു ആ ചിത്രങ്ങളുടെ വർണങ്ങൾ. ആ പെയിന്റിംഗുകളോരോന്നും നൗഷാദിന്റെ പ്രതിഭയെ വിളിച്ചോതുന്നവയായിരുന്നു. ആ വീട്ടിൽ താമസിക്കു

ന്നത് ഒന്നുകിൽ, 'ചിത്രകാരനായ ഫുട്ബോൾ ഭ്രാന്തൻ; അല്ലെങ്കിൽ ഫുട്ബോൾ ഭ്രാന്തനായ ചിത്രകാരൻ' എന്ന് ഒറ്റനോട്ടത്തിൽ ആർക്കും മനസ്സിലാക്കാവുന്നതേയുള്ളൂ.

മുറ്റം നിറയെ പ്ലാസ്റ്റിക് കൂടുകളിൽ നട്ടുനനച്ചു വളർത്തുന്ന പലതരം ചെടികൾ. ചെടികൾ നട്ടിരിക്കുന്നത് ചെടിച്ചട്ടികളിലല്ലെങ്കിലും, പുഷ്പിക്കാൻ യാതൊരു മടിയും പിശുക്കും കാട്ടാത്തവയായിരുന്നു ആ വീട്ടുമുറ്റത്തെ ചെടികൾ. മുറ്റത്തേക്കിറങ്ങിയ നൗഷാദ് അകത്തേക്കുനോക്കി വിളിച്ചുപറഞ്ഞു.

"ഉമ്മാ ഞാനിറങ്ങുന്നു. മരുന്നും വെള്ളവും മേശപ്പുറത്തുണ്ട്. ചോറ്... ഞാൻ ഉച്ചയ്ക്കു വന്നിട്ട് എടുത്തുതരാം... അതുവരെ പാടുംകേട്ട് കിടന്നോളൂ... ങാ, പിന്നെ എഴുന്നേറ്റ് എവിടെയും പൊയ്ക്കളയരുത്... എന്നോടു പറയാതെ!"

ഉമ്മായ്ക്ക് കിടക്കയിൽ നിന്ന് പരസഹായമില്ലാതെ എഴുന്നേൽക്കാനാവില്ലെന്ന് അവന് നന്നായറിയാം. എന്നാലും എവിടെയോ പ്രതീക്ഷയുടെ നാളങ്ങൾ കെട്ടുപോകാതെ ജ്വലിക്കുന്നതു കൊണ്ടായിരിക്കാം അവൻ അങ്ങനെ എല്ലാദിവസവും പുറത്തേക്കിറങ്ങുമ്പോൾ പറയുന്നത്. അങ്ങനെ പറഞ്ഞതിനുശേഷം, ഉമ്മയുടെ മറുപടി ശബ്ദത്തിനായി അവൻ അൽപനേരം കാതോർക്കും.

"സൂക്ഷിച്ചുപോണേ മോനേ!"

അത്തരമൊരു ആശിർവാദത്തിനുവേണ്ടിയാണ് അവൻ കാത്തുനിൽക്കുന്നത്. അത് കിട്ടിയാൽ അവൻ തിരിഞ്ഞുനിന്ന് ആർക്കെന്നില്ലാതെ കൈവീശിക്കാണിക്കും. എന്നിട്ട് സ്കൂളിലേക്ക് ഒരൊറ്റയോട്ടമാണ്.

ചിലപ്പോഴൊക്കെ ഹർഷനുണ്ടാകും ഒപ്പം. നൗഷാദിനൊപ്പം സ്കൂളിലേക്കുപോകാൻ ഹർഷനും ഇഷ്ടമാണ്. എങ്കിലും, ഹർഷന്റെ തടിച്ച ശരീരം ഒരിക്കലും നൗഷാദിനൊപ്പമെത്തില്ല. പക്ഷേ, കടവിലെത്തിയാൽ വഞ്ചിയിൽ കയറാൻ വരുന്നവരുടെ കുത്തുവാക്കുകളിൽ നിന്നും, പരിഹാസത്തിൽ നിന്നും പരിചയാകുന്നത് നൗഷാദായിരിക്കും എന്നതാണ് അവന്റെ ആശ്വാസം. നൗഷാദ് ഒപ്പമുണ്ടെങ്കിൽ അവന്റെ കൂട്ടുകാർക്ക് ഇരട്ടി വീര്യമായിരിക്കുമെന്ന് ആർക്കാണ് അറിഞ്ഞു കൂടാത്തത്.

വീടിന്റെ ഉമ്മറത്ത് വരച്ച ചിത്രങ്ങൾക്കിടയിൽ ഒരു കുട്ടി ആകാശത്തേക്ക് ഗോവണി വെച്ച് കയറിപ്പോകുന്ന ഒരു ചിത്രമുണ്ട്. ആ

കാശഗോവണി എന്നൊരു അടിക്കുറിപ്പും അതിനു നൽകിയിട്ടുണ്ട്. ആ ചിത്രത്തിലെ കുട്ടിക്ക് നൗഷാദിന്റെ മുഖച്ഛായയായിരുന്നു. ഭൂമിയിൽനിന്ന് നീണ്ടുപോകുന്ന ഒരു ഗോവണി. മേഘങ്ങൾക്കിടയിലാണ് അത് ചെന്നവസാനിക്കുന്നത്.

ഒരിക്കൽ ഹർഷനോട് മാത്രമാണ് നൗഷാദ് ചിത്രത്തിന്റെ രഹസ്യം വെളിപ്പെടുത്തിയത്.

“ആ ചിത്രത്തിന് പിന്നിൽ ഒരു കഥയുണ്ട്. ആർക്കുമറിയാത്ത ഒരു കഥ.”

ഹർഷന്റെ ആകാംക്ഷ ശമിപ്പിക്കാൻ നൗഷാദ് കൈവശമുണ്ടായിരുന്ന ഒരു നോട്ട് ബുക്ക് എടുത്ത് അവനു നേരെ നീട്ടി.

ആകാശഗോവണി എന്ന പേരിൽ ഒരു കുറിപ്പ് അതിലുണ്ടായിരുന്നു. അതിനു ചുവട്ടിൽ എഴുതിയിരിക്കുന്ന കാര്യങ്ങൾ ഹർഷൻ ആർത്തിയോടെ വായിച്ചു.

‘ഒരിടത്ത് ഒരു കുട്ടിയുണ്ടായിരുന്നു. അവൻ ഒറ്റയ്ക്കായിരുന്നു. കളിക്കാൻ ആരുമുണ്ടായില്ല. അങ്ങനെയിരിക്കെ ഒരു ദിവസം ആകാശത്തുനിന്ന് ഒരു ഗോവണി താഴേക്കിറങ്ങി വന്നു. ആ കുട്ടി അതിൽ കയറി മുകളിലേക്ക് ചെന്നു. അവിടെ, മേഘങ്ങൾക്കിടയിൽ അവൻ മാലാഖമാരോടൊപ്പം കളിച്ചു. പിന്നീട് ആ കുട്ടി താഴേക്കിറങ്ങി വന്നതേയില്ല.’

“ഇത് വായിച്ചിട്ട് എനിക്ക്... എന്തോ പോലെ തോന്നുന്നു... ആകെപ്പാടെ, ഒരുതരം... വിഷമമാണോ... സന്തോഷമാണോ... എന്നു തിരിച്ചറിയാനാവാത്ത അവസ്ഥ!”

ഒരുപാട് നേരമെടുത്തുകൊണ്ടാണ് ഹർഷൻ അത്രയും പറഞ്ഞത്. നൗഷാദ് ഹർഷനെ നോക്കി ചിരിച്ചു. എന്നിട്ട് പറഞ്ഞു:

“സത്യം പറഞ്ഞാൽ ഇതുതന്നെയാണ് മിക്കവാറും എല്ലാ കുട്ടികളുടെയും ഇന്നത്തെ അവസ്ഥ. മിക്ക കുട്ടികളുടെയും ഉള്ളിൽ... കളിക്കാൻ ആരും കൂട്ടില്ലാത്ത, ആരും കളിക്കാൻ കൂട്ടാത്ത ഒരു കുട്ടിയുണ്ട്; ഉള്ളിലെ സങ്കടങ്ങൾ ആരോടും പറയാൻ കഴിയാതെ വിഷമിക്കുന്ന ഒരു കുട്ടി. മനസ്സിൽ നന്മയുള്ളവർക്കു മാത്രമേ അത്തരം കുട്ടികളെ കാണാൻ കഴിയൂ...”

“അത്തരം നന്മയുള്ള കൂട്ടുകാരെയായിരിക്കും മാലാഖമാരെന്നു പറയുന്നത്... അല്ലേ?”

അപ്രതീക്ഷിതമായിരുന്നു ഹർഷന്റെ ചോദ്യം. മറുപടിക്കു കാ

ത്തുനിൽക്കാതെ ഹർഷൻ കൂട്ടിച്ചേർത്തു:

"എങ്കിൽ നൗഷാദേ, നീയും ഒരു മാലാഖയാണ്... ചിറകുകളില്ലാത്ത മാലാഖ!"

നൗഷാദ് ഹർഷനെ നോക്കി പുഞ്ചിരിച്ചു. മാലാഖമാരുടേതുപോലുള്ള പുഞ്ചിരിയായിരുന്നു അത്.

11

സ്കൂളിലേക്കുള്ള പടിക്കെട്ടുകൾ ഓടിക്കയറിയ നൗഷാദ് പെട്ടെന്ന് എന്തോ ഓർത്തിട്ടെന്നപോലെ തിരിഞ്ഞുനിന്നു. എന്നിട്ട് ചോദിച്ചു:

"അല്ല, ചങ്ങാതിമാരേ... സ്കൂളിനെന്താ പുതിയൊരു മണം?"

ഹക്കീമാണ് മറുപടി പറഞ്ഞത്.

"ഓ, അതോ... അക്കാര്യം നിന്നോട് പറയാൻ മറന്നു. കഴിഞ്ഞ ബുധനാഴ്ച മുതൽ ഉച്ചഭക്ഷണത്തോടൊപ്പം സാമ്പാറ് കൊടുക്കാൻ തുടങ്ങി!"

"ഒാ, പിന്നെ വേറൊരു സംഗതി കാണാനുണ്ട്!"

എന്നു പറഞ്ഞുകൊണ്ട് നൗഷാദിന്റെ ശ്രദ്ധ തിരിക്കാൻ രഞ്ജിത്ത് ഒരു ശ്രമം നടത്തിയെങ്കിലും അത് വിജയിച്ചില്ല.

അന്നേരം, പതിവുപോലെ മൊയ്തീൻ മാഷ് ഫോൺ ചെയ്തുകൊണ്ട് പടിക്കെട്ടുകളിറങ്ങിവരുന്നുണ്ടായിരുന്നു. നൗഷാദും കൂട്ടുകാരും മൊയ്തീൻ മാഷിനോട് 'ഗുഡ് മോണിംഗ് സാർ' എന്നു പറഞ്ഞെങ്കിലും അയാൾ അതൊന്നും കണ്ടില്ല. പരിസരം മറന്ന് ഫോണിൽ സംസാരിച്ചുകൊണ്ട് മൊയ്തീൻ മാഷ് തിടുക്കത്തിൽ അവരെ കടന്നുപോയി.

"...ആളെ അവിടെത്തന്നെ നിർത്തിക്കോ... എവിടേക്കും വിടരുത്... ഞാനിതാ എത്തിക്കഴിഞ്ഞു... ഇന്നെങ്കിലും അഡ്വാൻസ് കൊടുപ്പിക്കണം... ഇനി ഇക്കാര്യത്തിൽ എനിക്ക് മെനക്കെടാൻ വയ്യാ! അല്ല പിന്നെ... എന്നോടാ കളി!"

"അല്ലാ... ഈ മൊയ്തീൻ മാഷിന് ഇപ്പോഴും വസ്തുക്കച്ചവടോം ബ്രോക്കർ പണീം ഒക്കെ ഉണ്ടോ?"

നൗഷാദിന്റെ കൗതുകം സുഹൃത്തുക്കൾക്കിടയിൽ ചിരിപരത്തി.

“ഉണ്ടോന്നോ? നല്ല ചോദ്യം! ആളെ ഇപ്പോ സ്കൂളിൽ കാണാൻ കൂടി കിട്ടില്ല. വല്ല്യ തെരക്കുപിടിച്ച ആളായിപ്പോയി...”

ചിരി നിർത്താനാവാതെയാണ് രഞ്ജിത്ത് അത്രയും പറഞ്ഞൊപ്പിച്ചത്. നൗഷാദും ഹക്കീമും ആ ചിരിയിൽ പങ്കുകാരായി.

ഏതായാലും, ക്ലാസ്സിലേക്കു കയറാതെ, രഞ്ജിത്തും ഹക്കീമും നൗഷാദിനെ ഓഫീസിനു മുന്നിലേക്ക് തന്ത്രപരമായി കൂട്ടിക്കൊണ്ടുപോയി. നോട്ടീസ് ബോർഡിലെ വിശേഷം കാണിച്ചുകൊടുക്കുകയായിരുന്നു അവരുടെ ലക്ഷ്യം.

“നമുക്ക്... നമുക്കൊരു കാര്യം ചെയ്യാം... ആദ്യം ഓഫീസിനടുത്തേക്കൊന്നു പോയി നോക്കാം... നൗഷാദ് വന്നിട്ട് രണ്ടു ദിവസമായല്ലോ... മാത്രമല്ല, അവിടെ... നോട്ടീസ് ബോർഡിൽ എന്തോ പുതിയ വിശേഷമുണ്ടെന്ന് ഇന്നലെ അഭിലാഷ് പറഞ്ഞിരുന്നു... അവൻ പറഞ്ഞത് സത്യമാണോ എന്നറിയണമല്ലോ... അല്ലേ?”

രഞ്ജിത് പറഞ്ഞത് കേട്ടപ്പോൾ തന്നെ ഹക്കിമിനു കാര്യം മനസ്സിലായി. അവൻ അതെ എന്ന അർത്ഥത്തിൽ തലകുലുക്കി.

രഞ്ജിത്തിന്റെ കരുതിക്കൂട്ടിയുള്ള ചോദ്യവും, അതിനെത്തുടർന്നുള്ള പരുങ്ങലും, ഹക്കിമിന്റെ ഒഴുക്കൻ മട്ടിലുള്ള മറുപടിയും എല്ലാം കൂടി കേട്ടപ്പോൾ തന്നെ നൗഷാദിന് എന്തോ പന്തികേട് തോന്നിയെങ്കിലും അവൻ ഒന്നും മിണ്ടിയില്ല. ഭാവഭേദം കൂടാതെ അവർക്കൊപ്പം നടന്ന് നോട്ടീസ് ബോർഡിനടുത്തെത്തി.

നോട്ടീസ് ബോർഡിൽ പതിച്ചിരുന്ന പോസ്റ്റർ വായിച്ച നൗഷാദ് ഒപ്പമുണ്ടായിരുന്ന രണ്ടു കൂട്ടുകാരെയും നോക്കി ഗൂഢമായി ചിരിച്ചുകൊണ്ട് തോളിൽ കൈയിട്ടു.

“അപ്പോ ഇതാണ് സംഗതി! ഇന്നലെ... രണ്ടുപേരുംകൂടി എന്നോടു പറയാൻ വന്നിട്ട്... ഈ നിമിഷം വരെ എന്നോടു പറയാതിരുന്ന വിഷയം...”

രഹസ്യം മനസ്സിലാക്കിയെന്ന മട്ടിൽ നൗഷാദ് തലകുലുക്കി. രഞ്ജിത്തും ഹക്കിമും നൗഷാദിനെ നോക്കി വിളറിയ ഒരു ചിരി വരുത്തി.

“അതുപിന്നെ... ഞങ്ങളുടെ വീടുകളിലെ അവസ്ഥയൊക്കെ നിനക്കറിയാമല്ലോ? ഞങ്ങളൊക്കൊണ്ട് കഴിയില്ല. പക്ഷേ, നീ വിചാരിച്ചാൽ സംഗതി നടക്കും. അക്കാര്യത്തിൽ എനിക്ക് യാതൊരു സംശയവുമില്ല.”

ഹക്കീം പൂർത്തിയാക്കുന്നതിനുമുമ്പ് രഞ്ജിത്ത് ഇടപെട്ടു.

“അല്ലാ... അതുപിന്നെ.... ഇന്നലെ നിന്നെ കണ്ടപ്പോൾ ഇക്കാര്യം സംസാരിക്കാൻ തോന്നിയില്ല. നിന്റെ ഉമ്മായ്ക്ക് സുഖമില്ലാതെ, മരുന്നും വാങ്ങി പോകുമ്പോൾ ഇക്കാര്യം നിന്നോട് പറയുന്നതുതന്നെ ദുഷ്ടത്തരമല്ലേ... അതുകൊണ്ടാ ഞങ്ങളിന്നലെ... ഒന്നും പറയാതിരുന്നത്... അതല്ലാതെ നീ മറ്റൊന്നും വിചാരിക്കരുത്...”

നൗഷാദ് കുറേനേരത്തേക്ക് ഒന്നും മിണ്ടിയില്ല. അവന്റെ മനസ്സിൽ എന്തെല്ലാമോ ചലനചിത്രങ്ങൾ മിന്നിമറയുന്നുണ്ടായിരുന്നു. ഒമ്പത് ബിയുടെ മുന്നിലെത്തിയപ്പോൾ അവൻ പെട്ടെന്ന് മനസ്സു തുറന്നു.

“സംഗതി ഞാൻ കൂട്ടിയാൽ കൂടുമോന്നറിയില്ല. എന്നാലും നോക്കാം. ഇനിയും സമയമുണ്ടല്ലോ, ശ്രമിക്കാം. ഒന്നു ശ്രമിച്ചു നോക്കാം...”

രഞ്ജിത്തിനും ഹക്കീമിനും നൗഷാദിനെ കെട്ടിപ്പിടിക്കുകയല്ലാതെ അന്നേരം നിവൃത്തിയുണ്ടായിരുന്നില്ല. സൗഹൃദത്തിന്റെ അർത്ഥമെന്തെന്ന് പരസ്പരം അനുഭവിക്കുകയായിരുന്നു അവർ.

“കെട്ടിപ്പിടിത്തവും സ്നേഹപ്രകടനവുമൊക്കെ പിന്നെ മതി. തൽക്കാലം മൂന്നുപേരും ഇപ്പോൾ ക്ലാസ്സിലേക്ക് കയറിയാട്ടെ!”

മലയാളം പഠിപ്പിക്കുന്ന ഗോമതി ടീച്ചറുടെ ശബ്ദമായിരുന്നു അത്. ക്ലാസ്സിലേക്കു കയറാൻ വന്ന ടീച്ചർ തൊട്ടു പിന്നിലുണ്ടായിരുന്ന കാര്യം അപ്പോഴാണ് അവരറിയുന്നത്.

ഏതായാലും, മറ്റൊരു പരീക്ഷണത്തിലേക്കായിരുന്നു അവർ മൂന്നുപേരും അന്നേരം ചെന്നുകയറിയത്.

12

'സൂര്യകാന്തി - ജി. ശങ്കരക്കുറുപ്പ്'

എന്ന് ബോർഡിലെഴുതിയ ശേഷം തിരിഞ്ഞുനിന്ന ഗോമതി ടീച്ചർ കുറേനേരം മുന്നിലിരുന്ന കുട്ടികളെത്തന്നെ നോക്കിനിന്ന തല്ലാതെ ഒന്നും പറഞ്ഞില്ല. ദീർഘ മൗനത്തിനുശേഷം ഗോമതി ടീച്ചർ സംസാരിച്ചു തുടങ്ങി.

"സൂര്യനോട് സൂര്യകാന്തിക്കുണ്ടായ സ്നേഹത്തെക്കുറിച്ചാണ് 'സൂര്യകാന്തി' എന്ന കവിതയിലൂടെ ജി. ശങ്കരക്കുറുപ്പ് പറയുന്ന ത്... സൂര്യനെയും സൂര്യകാന്തിയെയും നമുക്കറിയാം. നമ്മൾ കണ്ടിട്ടുണ്ട്. എന്നാൽ സ്നേഹമോ? സ്നേഹം കാണാൻ കഴിയില്ല. പക്ഷേ അനുഭവിക്കാൻ കഴിയും... ശരിയല്ലേ?"

ക്ലാസ്സിനോട് പൊതുവായിട്ടാണ് ചോദിച്ചതെങ്കിലും ടീച്ചറുടെ നോട്ടം പതിച്ചത് നൗഷാദ് ബാബുവിലായിരുന്നു. രഞ്ജിത്ത് അക്കാര്യം ശ്രദ്ധിച്ചു. അവൻ സ്വകാര്യമായി, ചുണ്ടുകൾ പോലും തുറക്കാതെ തൊട്ടടുത്തിരുന്ന ഹക്കീമിനെ നോക്കി പറഞ്ഞു.

"പിടിവീണെടാ... പിടി വീണു!"

അത്രയും നേരം തലയും കുമ്പിട്ടിരിക്കുകയായിരുന്ന ഹക്കിം ചെറുതായൊന്നു തലയുയർത്തി നോക്കി.

ഇല്ല. ഒന്നു സംഭവിച്ചിട്ടില്ല. എല്ലാം പഴയപടി തന്നെയുണ്ട്. അവന് ആശ്വാസമായി.

വീണ്ടും അൽപനേരത്തെ നിശബ്ദതയ്ക്കുശേഷം ഗോമതി ടീച്ചർ സംസാരം തുടർന്നു.

"നായ സ്നേഹപ്രകടനം നടത്തുന്നത് എങ്ങനെയെന്ന് നമുക്കറിയാം..."

"വാലാട്ടും. വാലാട്ടിക്കൊണ്ട്."

ഏതാണ്ട് ഒരേ ശബ്ദത്തിലായിരുന്നു ക്ലാസ്സിന്റെ മറുപടി. ടീച്ചർ ലേശം അസ്വസ്ഥയായി.

“എല്ലാരും ഒന്നിച്ച് വിളിച്ചുകൂവണ്ടാ. ചോദിക്കുന്നയാൾ മാത്രം ഉത്തരം പറഞ്ഞാൽ മതി.!”

“എന്നാപ്പിന്നെ ടീച്ചർ തന്നെ ഉത്തരം പറയേണ്ടിവരും!”

രഞ്ജിത്ത് പതിഞ്ഞ സ്വരത്തിലായിരുന്നു അത്രയും പറഞ്ഞതെങ്കിലും, ക്ലാസ്സിൽ പെട്ടെന്നുണ്ടായ നിശബ്ദത അവന്റെ വാക്കുകളെ ടീച്ചറുടെ ചെവിയിലും എത്തിച്ചു. എങ്കിലും, ഗോമതി ടീച്ചർ അതൊന്നും കേൾക്കാത്ത മട്ടിൽ തുടർന്നു:

“പൂച്ച സ്നേഹപ്രകടനം നടത്തുന്നതെങ്ങനെയാണെന്ന് രഞ്ജിത്ത് പറയും. കേട്ടോളൂ...”

രഞ്ജിത്തിന് ഇരിപ്പിടത്തിൽ നിന്ന് എഴുന്നേൽക്കാതിരിക്കാൻ കഴിഞ്ഞില്ല. ചുറ്റുപാടും നോക്കി, തല ചൊറിഞ്ഞുകൊണ്ട് അവൻ പറഞ്ഞു തുടങ്ങി.

“അതുപിന്നെ, പൂച്ച... പൂച്ച നമ്മുടെ കാലിന്റെ എടേക്കൂടി ചുറ്റിത്തിരിഞ്ഞ്... വളഞ്ഞു പുളഞ്ഞ്... അങ്ങനെയൊക്കെയാണ്... പൂച്ച... പൂച്ച...”

“ശരിയാണ്. രഞ്ജിത്ത് ഇരിക്കൂ.”

ഗോമതി ടീച്ചറുടെ വാക്കുകൾ അവിശ്വസനീയമായി തോന്നിയതുകൊണ്ടോ, ക്ലാസ്സിൽ ആദ്യമായി ഉത്തരം പറഞ്ഞതിന്റെ ആലസ്യം കൊണ്ടോ അൽപനേരം കഴിഞ്ഞാണ് രഞ്ജിത്തിന് ഇരിക്കാൻ കഴിഞ്ഞത്. അവൻ വിജയിയുടെ ഭാവത്തിൽ ഹക്കീമിനെയും നൗഷാദിനെയും ക്ലാസ്സിലെ മറ്റു കുട്ടികളെയും നോക്കി.

“നായയും പൂച്ചയുമൊക്കെ സ്നേഹപ്രകടനം നടത്തുന്നത് എങ്ങനെയെന്ന് നിങ്ങൾക്കറിയാം. ശരി, എന്നാൽ കുറേക്കൂടി എളുപ്പമുള്ള ഒരു കാര്യം ചോദിക്കാം... മനുഷ്യർ എങ്ങനെയാണ് സ്നേഹപ്രകടനം നടത്തുന്നതെന്നു പറയൂ...?”

ഗോമതി ടീച്ചറുടെ അപ്രതീക്ഷിത ചോദ്യം കേട്ട് പെൺകുട്ടികൾ നാണിച്ച് തല താഴ്ത്തിയിരുന്നു. ആൺകുട്ടികൾ ഇക്കിളിപ്പെടുത്തുന്ന ചിരി പാസ്സാക്കി. താൻ വിചാരിച്ച വഴിക്കല്ല കാര്യങ്ങൾ നീങ്ങുന്നതെന്ന് ഗോമതി ടീച്ചർക്ക് മനസ്സിലായി.

“കുട്ടികളേ, നിങ്ങൾ സ്നേഹത്തെ തെറ്റിദ്ധരിച്ചിരിക്കുകയാണ്. വഴിവക്കിൽ ഒരു പണിയുമില്ലാതെ നിൽക്കുന്ന ചില വഷളന്മാർ

വച്ചുനീട്ടുന്ന പഞ്ചാരമിഠായിയല്ല സ്നേഹം. സ്നേഹമെന്നത് അമ്മയ്ക്കും കുഞ്ഞിനുമിടയിലെ പവിത്രമായ ഇഴയടുപ്പം പോലെ ഹൃദ്യമായ ഒരു വികാരമാണ്. അത്... അതിനെയാണ് നമ്മൾ അന്വേഷിക്കുന്നതും, ഇപ്പോൾ കണ്ടെത്താൻ ശ്രമിക്കുന്നതും... അതുകൊണ്ട് നിങ്ങൾ അക്കാര്യം മനസ്സിൽ വച്ചുകൊണ്ടുവേണം ഉത്തരങ്ങൾ പറയാൻ. ശരി, അതൊക്കെ പോട്ടെ, എന്റെ ചോദ്യം ഞാൻ മറ്റൊരു രീതിയിൽ ചോദിക്കാം. അതായത്, നിങ്ങളുടെ അച്ഛനമ്മമാർ എങ്ങനെയാണ് നിങ്ങളോട് സ്നേഹം പ്രകടിപ്പിക്കുന്നത്? അവരുടെ സ്നേഹം എങ്ങനെയാണ് തിരിച്ചറിയുന്നത്?"

ആ ചോദ്യം എല്ലാവർക്കും മനസ്സിലായി. എങ്കിലും, ആദ്യം ഉത്തരം പറഞ്ഞത് ആദ്യ ബഞ്ചിലിരുന്ന നവീൻ ജോർജായിരുന്നു. ചോദ്യം കേൾക്കേണ്ട താമസം നവീൻ ചാടിയെഴുന്നേറ്റ് ഉത്തരം പറഞ്ഞു.

"നമ്മള് ചോദിക്കുന്നതെല്ലാം അച്ഛനമ്മമാർ വാങ്ങിത്തരുമ്പോൾ നമുക്കറിയാം, അവർക്ക് സ്നേഹമുണ്ടെന്ന്!"

ആ ക്ലാസ്സിൽ സ്വന്തമായി സൈക്കിളുള്ള മൂന്നുപേരിൽ ഒരാളായിരുന്നു നവീൻ. അക്കാര്യം അറിയാവുന്നതുപോലെയായിരുന്നു ഗോമതി ടീച്ചർ മറുപടി പറഞ്ഞത്.

"നവീൻ പറഞ്ഞതിലും കാര്യമുണ്ട്, പക്ഷേ, ആവശ്യപ്പെടുന്നതെല്ലാം വാങ്ങിത്തരുന്നത് അത്ര നല്ലകാര്യമാണെന്ന് എനിക്കു തോന്നുന്നില്ല. മക്കൾക്ക് സൈക്കിൾ വാങ്ങിക്കൊടുക്കാൻ ആഗ്രഹമുണ്ടായിട്ടും അതിന് പണം കണ്ടെത്താൻ കഴിയാത്ത എത്രയോ മാതാപിതാക്കളെ എനിക്കറിയാം. അതൊക്കെ പോട്ടെ, നമ്മുടെ വിഷയം അതല്ലല്ലോ? നേരത്തെ ചോദിച്ച ചോദ്യം ഞാനൊന്നു മാറ്റിപ്പിടിക്കുകയാണ്.... അതായത്, നിങ്ങൾ എങ്ങനെയാണ് നിങ്ങളുടെ മാതാപിതാക്കളെ സ്നേഹിക്കുന്നത്?

ആ ചോദ്യത്തിന് ഉത്തരം പറയാൻ കാഞ്ചന മാത്രമാണ് തയ്യാറായത്.

"അമ്മ പറയാതെ തന്നെ വീട്ടുജോലികൾ ചെയ്ത് സഹായിക്കും. പിന്നെ... വെള്ളം കോരും, മുറ്റമടിക്കും, തുണികളൊക്കെ അലക്കും... പിന്നെ.... പിന്നെ..."

പറഞ്ഞുതുടങ്ങിയ ആവേശം പിന്നീട് തണുത്തുപോലെങ്കിലും ടീച്ചർ കാഞ്ചനയെ അനുമോദിച്ചു. എന്നിട്ടു പറഞ്ഞു:

“ഇതേവരെ എനിക്ക് നല്ലൊരു ഉത്തരം കിട്ടിയില്ല... സ്നേഹം... സ്നേഹമെന്താണെന്ന്...”

“എടാ, ഈ ഗോമതി ടീച്ചർ എന്തിനുള്ള പുറപ്പാടാണെന്ന് ഒരു പിടിയും കിട്ടുന്നില്ലല്ലോ...”

ഹക്കിം നൗഷാദിനോടു പറഞ്ഞത് സ്വകാര്യമായിട്ടായിരുന്നെങ്കിലും അത് ഗോമതി ടീച്ചറുടെ കാതിലും ചെന്നു വീണു.

13

"ജി. ശങ്കരക്കുറുപ്പ് എഴുതിയ മനോഹരമായ കവിതയാണ് സൂര്യകാന്തി. സൂര്യനും സൂര്യകാന്തിയും തമ്മിലുള്ള സ്നേഹമാണ് ഈ കവിതയിലെ പ്രതിപാദ്യം. ഈ കവിതയുടെ ആമുഖമായി ഞാൻ ചില ചോദ്യങ്ങൾ ചോദിച്ചു എന്നേയുള്ളൂ. സ്നേഹം എന്നത് മധുരം നുണയുന്നത് പോലെയുള്ള ഒരു അനുഭവമാണെന്ന് എനിക്കറിയാം. അത് അനുഭവിച്ചവർക്കു മാത്രമേ അതിനെക്കുറിച്ച് പറയാൻ കഴിയൂ എന്നാണ് ഞാൻ ഇപ്പോഴും കരുതുന്നത്. അതു കൊണ്ടുതന്നെയാണ് ഈ വിഷയം ഞാൻ ക്ലാസ്സിൽ ഉന്നയിച്ചത്..."

ഗോമതി ടീച്ചറുടെ സംസാരം കേട്ടതോടെ ക്ലാസ്സിൽ പല കുട്ടികളും ദീർഘനിശ്വാസം പൊഴിക്കുന്നത് ഹക്കിം കണ്ടു. എന്തിനായിരിക്കും അവർ അങ്ങനെ ചെയ്യുന്നത് എന്നറിയാൻ വേണ്ടി അവൻ സാവധാനം തല ചരിച്ച് ചോദ്യഭാവത്തിൽ നൗഷാദിനെ നോക്കി. നൗഷാദ് ഒന്നും മിണ്ടാതെ ഇരിക്കുന്നത് കണ്ടതോടെ അവൻ വീണ്ടും ആശയക്കുഴപ്പത്തിലായി.

പിൻബഞ്ചിലിരുന്ന നൗഷാദ് എഴുന്നേറ്റു നിൽക്കുന്നത് കണ്ടതോടെ ഗോമതി ടീച്ചർ പറഞ്ഞു തുടങ്ങിയത് വേഗം പൂർത്തീകരിച്ചു.

"ങാ, സ്നേഹത്തെക്കുറിച്ച് പറയാൻ പറ്റിയ ഒരാളുണ്ടിവിടെ. ഞാനിന്ന് ക്ലാസ്സിലേക്ക് വന്നു കയറിയപ്പോൾ പോലും അക്കാര്യം കണ്ടതാണ്...."

രഞ്ജിത്തും ഹക്കിമും എന്തുപറയണമെന്നറിയാതെ പരിഭ്രമിച്ച് പരസ്പരം നോക്കി.

"പിടി വീണെടാ, പിടി വീണു... ക്ലാസ്സിലേക്കു കയറുന്നതിനു തൊട്ടുമുമ്പ് നമ്മൾ നടത്തിയ സ്നേഹപ്രകടനത്തെക്കുറിച്ചാണ്

ടീച്ചർ പറയുന്നത്... ശ്ശെ, നാണക്കേടായിപ്പോയി! ഇനിയിപ്പോൾ ക്ലാസ്സിലെ എല്ലാവരും അക്കാര്യം അറിയും..."

രഞ്ജിത്ത് ഹക്കിമിന്റെ ചെവിയിൽ പറഞ്ഞു. അപ്പോഴും നൗഷാദ് എഴുന്നേറ്റു നിൽക്കുകയായിരുന്നു. ആലോചനകളിൽ നിന്ന് ഉണർന്ന നൗഷാദ് സാവധാനം പറഞ്ഞുതുടങ്ങി:

"ഞാൻ പറയുന്നത് മുഴുവൻ ശരിയാണോ എന്ന് എനിക്കറിയില്ല. എന്നാലും, എനിക്കറിയാവുന്ന കാര്യങ്ങൾ ഞാൻ പറയയാം. ഞാൻ അനുഭവിക്കുന്ന സ്നേഹം എന്റെ ഉമ്മയിൽ നിന്നാണ്. പിന്നെ, എന്റെ കൂട്ടുകാരിൽ നിന്നും. എന്റെ ഉമ്മാ എനിക്ക് വാത്സല്യത്തോടെ നെറ്റിയിൽ ഉമ്മ തരാറുണ്ടായിരുന്നു... എന്നെ കെട്ടിപ്പിടിക്കാറുണ്ടായിരുന്നു... ഇപ്പോൾ അസുഖം വന്ന് കെടപ്പിലായതിൽ പിന്നെ എന്റെ കൈകളിൽ വിരലോടിക്കാറുണ്ട്. എന്റെ നെറ്റിയിൽ ഉമ്മായുടെ ശ്വാസം വന്നു മുട്ടാറുണ്ട്. അതൊക്കെ... അതൊക്കെ... സ്നേഹമാണെന്നു തന്നെയാണ് എന്റെ വിചാരം. ഒരുപക്ഷേ, ലോ

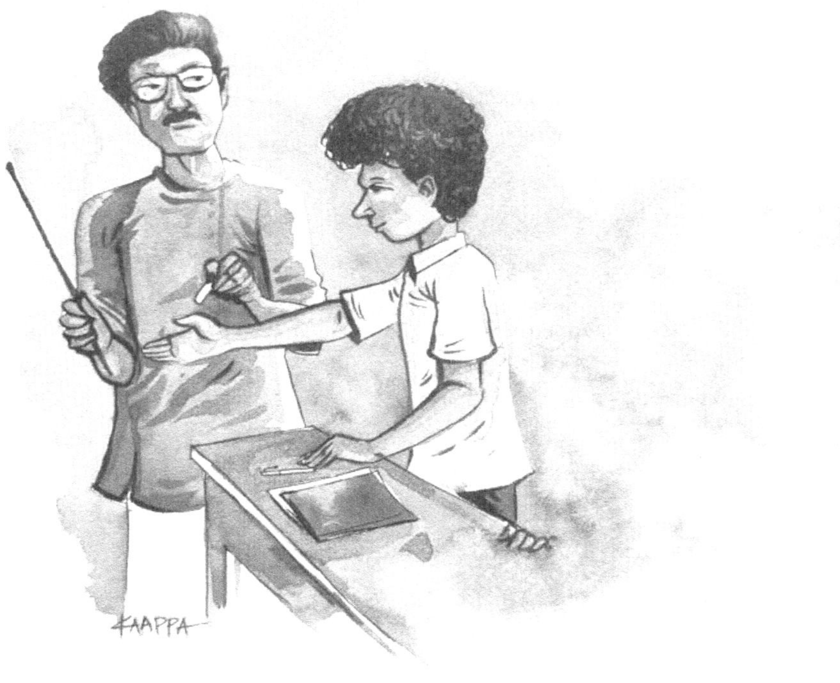

കത്തിലെ എല്ലാ അമ്മമാരും ഇതുപോലൊക്കെ മക്കളെ സ്നേഹിക്കുന്നുണ്ടാവും. ചില മക്കളെങ്കിലും അത് തിരിച്ചറിയുന്നില്ല. എല്ലാവരുടെ ഉള്ളിലും സ്നേഹം ഉണ്ട് ടീച്ചറേ... അത് എങ്ങനെയാ പ്രകടിപ്പിക്കുകയെന്നറിയാതെ കഷ്ടപ്പെടുകയാണ് പലരും. വേറെ ചിലര് സ്നേഹം എങ്ങനെയാണെന്ന് അറിയാമ്പാടില്ലാത്തതുകൊണ്ട് ശരിക്കുള്ള സ്നേഹപ്രകടനം മനസ്സിലാക്കാൻ കഴിയാതെ സങ്കടപ്പെടുകയും ചെയ്യുന്നു..."

നൗഷാദിന്റെ മറുപടി കേട്ട് കുറേനേരത്തേക്ക് ആരും ഒന്നും മിണ്ടിയില്ല. മീൻമുള്ള് കുടുങ്ങിയതുപോലെയുള്ള ഒരുതരം വീർപ്പുമുട്ടലായിരുന്നു എല്ലാവരുടെയും തൊണ്ടയിൽ.

"എന്റെ ജീവിതത്തിൽ... ഇന്നേവരെ ഇതുപോലെ ഒരു മറുപടി ഞാൻ കേട്ടിട്ടില്ല... എന്റെ അധ്യാപനജീവിതത്തിൽ തന്നെ ഒരു മുതൽക്കൂട്ടാണ് ഈ ഉത്തരം..."

തൊണ്ടയിടറിക്കൊണ്ടാണ് ഗോമതി ടീച്ചർ അത്രയും പറഞ്ഞത്.

പിന്നീട്, ഗോമതി ടീച്ചർ തുടങ്ങിവച്ച കൈയടി ശബ്ദം ആ പീരിയേഡിന്റെ ബെല്ലടിക്കുന്നതുവരെ തുടർന്നു. ഗോമതി ടീച്ചർ ക്ലാസ്സിൽ നിന്നു പോയിട്ടും ഒമ്പത് ബിയിൽ സ്നേഹത്തെക്കുറിച്ചു മാത്രമായിരുന്നു സംസാരം.

"സംഗതിയൊക്കെ കൊള്ളാം. പക്ഷേ, ഇനി മത്തായി സാറ് വരുമ്പോൾ ഈ കളിയൊന്നും നടക്കത്തില്ല..."

സാമാന്യം ഉറക്കെയാണ് നവീൻ അത്രയും പറഞ്ഞത്. നൗഷാദ് കേൾക്കാൻ വേണ്ടിയായിരുന്നു അതെന്നു വ്യക്തം.

എന്താണ് കാര്യമെന്നറിയാൻ നൗഷാദ് രഞ്ജിത്തിനെയും ഹക്കിമിനെയും നോക്കി.

"നൗഷാദേ, കഴിഞ്ഞ ദിവസം വഞ്ചിയിൽ വച്ച് ചെറിയ കുട്ടികൾക്ക് കണക്കിന്റെ കുറുക്കുവഴിവൾ പറഞ്ഞുകൊടുത്തതു പോലെ എളുപ്പമാവില്ല മത്തായി സാറിന്റെയടുത്ത്. ഒമ്പതിന്റെ ഗുണനപ്പട്ടികപോലെ എളുപ്പവഴികൾ വല്ലതുമുണ്ടെങ്കിൽ വേഗം ആലോചിച്ചുവച്ചോ പറഞ്ഞേക്കാം."

ഹക്കിമിന്റെ ഓർമ്മപ്പെടുത്തൽ ഒരു അപായ സൂചനയായിരുന്നു.

മത്തായി സാറ് വന്നു കയറിയതോടെ കുട്ടികൾ എല്ലാവരും

ശ്വാസമടക്കിപ്പിടിച്ച് ഇരുന്നു. അന്നേരം ഒരു കടലാസ് താഴെ വീണാൽ പോലും കേൾക്കാമായിരുന്നു.

ക്ലാസ്സിലേക്കു വന്നാലുടൻ ബോർഡിൽ ഒരു കണക്ക് എഴുതിയിടുന്നത് മത്തായി സാറിന്റെ പതിവാണ്. അന്നും മത്തായി സാർ ആ പതിവ് തെറ്റിച്ചില്ല.

354 X 11 = ?

മത്തായി സാർ ബോർഡിൽ കണക്ക് എഴുതിയിട്ട് തിരിയേണ്ട താമസം, അവസാന ബഞ്ചുകാരനായ നൗഷാദ് വലതു കൈ ഉയർത്തി കാണിച്ചു.

"എന്താ, എന്താ കുട്ടിയുടെ സംശയം?"

മത്തായി സാറിന്റെ ഗംഭീര ശബ്ദം ക്ലാസ്സിൽ മുഴങ്ങിക്കേട്ടു.

"എനിക്കൊരു സംശയവുമില്ല സാർ. ചോദ്യത്തിന് ഉത്തരം പറയാനാണ് എഴുന്നേറ്റത്. ഉത്തരം 3894."

നൗഷാദ് യാതൊരു ഭാവമാറ്റവും കൂടാതെ ഇരുന്നു. എന്താണ് ശരിക്കും സംഭവിച്ചത് എന്നറിയാൻ ക്ലാസ്സിലെ മറ്റു കുട്ടികൾക്ക് പിന്നെയും സമയമെടുത്തു.

"ആരാ അത്? ആരാണ് അവിടെ ഉത്തരം വിളിച്ചു പറഞ്ഞത്?"

മത്തായി സാറിന്റെ ചോദ്യത്തിന് ആരും മറുപടി പറഞ്ഞില്ല. അൽപ്പനേരത്തെ നിശബ്ദതയ്ക്കു ശേഷം നവീൻ പതിഞ്ഞ ശബ്ദത്തിൽ പറഞ്ഞു:

"അത് നൗഷാദാണ് സാർ!"

"നൗഷാദിന് മാത്രം എങ്ങനെയാണ് ഉത്തരം കിട്ടിയത്? അതും ഇത്ര പെട്ടെന്ന്?"

മത്തായി സാറിന്റെ ചോദ്യത്തിൽ ആകാംക്ഷയും സംശയവും വിസ്മയവും ഒക്കെ ഉണ്ടായിരുന്നു.

അത്തരമൊരു ആകാംക്ഷ ക്ലാസ്സിൽ മുഴുവൻ രൂപപ്പെടാൻ അധികം സമയം വേണ്ടിവന്നില്ല.

14

എല്ലാവരും ആകാംക്ഷയുടെ മുൾമുനയിലായിരുന്നു.

നൗഷാദിന് തല്ല് ഉറപ്പാണ് എന്നമട്ടിൽ രഞ്ജിത്തും ഹക്കീമും തലയും കുമ്പിട്ടിരിക്കുകയായിരുന്നു.

"എങ്കിൽ ശരി കാണട്ടെ നിന്റെ മിടുക്ക്, അടുത്ത ചോദ്യം നൗഷാദിനു വേണ്ടി മാത്രമുള്ളതാണ്. മറ്റാരും അതിന് ഉത്തരം കണ്ടെത്തേണ്ടതില്ല!"

ശിക്ഷ നടപ്പാക്കുന്നതിന് മുമ്പ് മത്തായി സാർ നൽകിയ അവസാന അവസരമായിട്ടാണ് മറ്റു കുട്ടികൾ ആ ചോദ്യത്തെ കണ്ടത്.

627 X 11 = ?

വീണ്ടും മത്തായി സാർ ഒരു കണക്ക് ബോർഡിൽ എഴുതി. തിരിഞ്ഞ് നൗഷാദിനെ നോക്കുന്നതിനിടയിൽ അവൻ ഉത്തരം ഉറക്കെ വിളിച്ചുപറഞ്ഞു:

"6897"

ഇത്തവണയും ക്ലാസ്സ് ഒന്നടങ്കം അമ്പരന്നുപോയി. രഞ്ജിത്തും ഹക്കീമും അത്ഭുതം മാറാത്ത കണ്ണുകളോടെ തലയുയർത്തി നൗഷാദിനെ നോക്കി.

മത്തായി സാർ നൗഷാദിന്റെ അടുത്തേക്ക് ചെന്നു. പെട്ടെന്നുള്ള ഉൾപ്രേരണയാൽ നൗഷാദ് അടി ഏറ്റുവാങ്ങാൻ പാകത്തിന് കണ്ണുകൾ മുറുക്കിയടച്ച്, വലതു കൈ നീട്ടിപ്പിടിച്ചു കൊണ്ട് അനക്കമില്ലാതെ നിന്നു. എന്നാൽ, എല്ലാവരെയും അമ്പരപ്പിച്ചുകൊണ്ട് മത്തായി സാറിന്റെ പ്രശസ്തമായ ചൂരലിനു പകരം, അത്രയൊന്നും പ്രശസ്തമല്ലാത്ത ചോക്ക് നൗഷാദിന്റെ കൈകളിൽ സ്പർശിച്ചു.

പെട്ടെന്ന്, സ്ഥലകാലബോധം വീണ്ടുകിട്ടിയ നൗഷാദ് എന്തു ചെയ്യണമെന്നറിയാതെ പരിഭ്രമിച്ചു. മത്തായി സാറിന്റെ മുഖത്തേ

ക്ക് ദയനീയമായി നോക്കി.

"ബോർഡിൽ ചെയ്തു കാണിക്കൂ!"

എന്നൊരു അലർച്ച അവന്റെ കാതുകളിൽ മുഴങ്ങി. ക്ലാസ്സ് വീണ്ടും നിശബ്ദമായി.

നൗഷാദ് എന്തോ തരികിട ഒപ്പിച്ചിട്ടുണ്ട് എന്നും, അക്കാര്യം അവൻ ഇപ്പോൾ മത്തായി സാറിനോട് തുറന്നു പറയും എന്നുമാണ് സഹപാഠികൾ കരുതിയത്.

എന്നാൽ, എല്ലാവരുടെയും കണക്കുകൂട്ടലുകൾ തെറ്റിച്ചുകൊണ്ട് നൗഷാദ് ആത്മവിശ്വാസത്തോടെ ബോർഡിനടുത്തേക്ക് നടന്നു.

നൗഷാദ് ബോർഡിൽ കണക്ക് ചെയ്യുന്ന രീതി കണ്ട് എല്ലാവരും ഒരിക്കൽക്കൂടി വിസ്മയിച്ചു.

കണക്ക് ചെയ്തുകഴിഞ്ഞശേഷം ശേഷം അവൻ തിരിഞ്ഞു നിന്ന് എല്ലാവരോടുമായി പറഞ്ഞു:

"ഇതിൽ അത്ഭുതപ്പെടാനൊന്നുമില്ല. ഇത് ചെറിയൊരു സൂത്രപ്പണിയാണ്. 627 ഗുണിക്കണം 11. എന്തു ചെയ്യും? സംഗതി സിമ്പിളാണ്! ആദ്യത്തെ സംഖ്യയായ 6 ആദ്യം താഴേക്ക് എഴുതുക. രണ്ടാമത്തെ സംഖ്യയായ രണ്ടിനെ ഇടതുവശത്തുള്ള സംഖ്യയായ ആറിനോടൊപ്പം കൂട്ടുക. എത്ര കിട്ടും?"

നൗഷാദിന്റെ ചോദ്യത്തിന് ക്ലാസ്സിലെ ആരും ഉത്തരം പറയാൻ ശ്രമിച്ചില്ല. മത്തായി സാറിന്റെ സാന്നിധ്യത്തിൽ ഉത്തരങ്ങൾ തെറ്റിപ്പോയാൽ സംഭവിക്കാനിടയുള്ള ആപത്തുകളെക്കുറിച്ചുള്ള പേടിയും അവർക്കുണ്ടായിരുന്നു. അല്പനേരത്തെ നിശബ്ദതയ്ക്കു ശേഷം നൗഷാദ് തുടർന്നു:

"എന്നാൽ ഞാൻ തന്നെ ഉത്തരം പറയാം... 8, അല്ലേ? അതുപോലെ തന്നെ അടുത്ത സംഖ്യയായ ഏഴിനെ ഇടതു വശത്തുള്ള സംഖ്യയോടൊപ്പം കൂട്ടുക. എത്ര കിട്ടും, 9 അല്ലേ? അതു തന്നെ. ഒടുവിൽ, അവസാനസംഖ്യയായ ഏഴിനെക്കൂടി എഴുതുക. അപ്പോൾ ഉത്തരം 6897 എന്നു കിട്ടും. അത്രയേ ഉള്ളൂ കാര്യം. അതു തന്നെയാണ് ഉത്തരം. സംശയമുണ്ടെങ്കിൽ നിങ്ങൾക്ക് അറിയാവുന്ന രീതിയിൽ ചെയ്തു നോക്കൂ..."

കുട്ടികൾ മാത്രമല്ല മത്തായി സാറും അത്ഭുതം മാറാത്ത കണ്ണുകളുമായി നിൽക്കുന്നതിനിടയിൽ നൗഷാദ് പറഞ്ഞു:

"എന്നുവച്ചാൽ എല്ലാ പ്രശ്നങ്ങൾക്കും പരിഹാരമുണ്ട്. ആ പരിഹാരത്തിലേക്ക് എത്തിച്ചേരാൻ ഓരോരുത്തരും അവരവർക്ക് ശരിയെന്നു തോന്നുന്ന മാർഗങ്ങൾ തെരഞ്ഞെടുക്കുന്നുവെന്നേ ഉള്ളൂ. അതുപോലെ തന്നെയാണ് കണക്കും. അത് ഒരിക്കലും ഒരു കീറാമുട്ടിയല്ല. അങ്ങനെയല്ലേ സാർ?"

നൗഷാദിന്റെ ചോദ്യത്തിന് ഉത്തരമൊന്നും പറഞ്ഞില്ലെങ്കിലും 'അതേ' എന്ന അർത്ഥത്തിൽ മത്തായി സാർ തല കുലുക്കി. എന്നിട്ട്, ചിരിക്കാൻ തുടങ്ങി. ജീവിതത്തിൽ ഒരിക്കൽ പോലും ചിരിച്ചിട്ടില്ലാത്തയാൾ എന്ന് കുട്ടികൾ വിശേഷിപ്പിച്ചിരുന്ന മത്തായി സാർ ഗംഭീര ശബ്ദത്തിൽ ആർത്തു ചിരിക്കാൻ തുടങ്ങി. അത് കുറേനേരം നീണ്ടുനിന്നു.

അതിനിടയിൽ, നൗഷാദിനോട് പോയി ഇരുന്നോളാൻ മത്തായി സാർ ആംഗ്യരൂപത്തിൽ അനുവാദവും നൽകി.

ആ പീരിയേഡിൽ മറ്റൊന്നും കുട്ടികളാരും പഠിച്ചില്ല. ജീവിതകാലം മുഴുവൻ ഒപ്പം കൊണ്ടു നടക്കാവുന്ന ഒരു കാര്യം ആ ക്ലാസ്സിലുണ്ടായിരുന്ന സകലരും പഠിച്ച ദിവസമായിരുന്നു അത്.

പിന്നീട്, യശോദ ടീച്ചർ വന്ന് യൂണിറ്റ് ടെസ്റ്റിന്റെ ചോദ്യങ്ങൾ ബോർഡിലെഴുതിയിടുമ്പോൾ മാത്രമാണ് പലരും പരീക്ഷയെക്കുറിച്ച് ചിന്തിക്കുന്നത്. ഉഞ്ഞാലാടുന്നതിനിടയിൽ, പിന്നാക്കം ഉയരത്തിലേക്ക് പോയി, താഴേക്ക് ആടിയിറങ്ങിവരുമ്പോൾ വയറ്റിലുണ്ടാവുന്ന ആന്തൽ പോലെയായിരുന്നു പരീക്ഷയെന്നു കേട്ട കുട്ടികളുടെ വെപ്രാളം.

ഹക്കിമിനും രഞ്ജിത്തിനും പോരാട്ടത്തിന്റെ നിമിഷങ്ങളായിരുന്നു പിന്നീട്.

15

സ്കൂളിൽ നിന്നുള്ള മടക്കയാത്രയിലും പരീക്ഷ തന്നെയായിരുന്നു അവർക്കിടയിലെ പ്രധാന ചർച്ചാവിഷയം. രഞ്ജിത്തിന്റെയും ഹക്കിമിന്റെയും മുഖം കണ്ടാലറിയാം ഇംഗ്ലീഷ് പരീക്ഷ അവരിൽ ഏൽപ്പിച്ച ആഘാതത്തിന്റെ കടുപ്പം.

"പരീക്ഷ മൊത്തത്തിൽ കടുപ്പമായിരുന്നു. എന്നാലും, 'യാത്രാനുഭവം' മാത്രമാണ് ഒന്നും എഴുതാൻ പറ്റാതായിപ്പോയത്. നമുക്കെവിടെന്നാ യാത്ര? വീട്- സ്കൂൾ, സ്കൂൾ- വീട് ഇതിനിടയിൽ അൽപനേരം പുഴ കടക്കണം. ഇതല്ലാതെ എന്തുയാത്ര? എന്തനുഭവം?"

സ്കൂൾകടവിലെത്തുന്നതിന് തൊട്ടുമുമ്പാണ് രഞ്ജിത്ത് ആരോടെന്നില്ലാതെ അത്രയും പറഞ്ഞത്. എങ്കിലും, എന്തോ രഹസ്യസന്ദേശം കൈമാറുന്നതുപോലെ ഹക്കീമിനെ ഒന്നു നോക്കി. ആ നോട്ടത്തിന് ഒരുപാട് അർത്ഥമുണ്ടായിരുന്നു. ഹക്കീം അത് നിഷ്പ്രയാസം വായിച്ചെടുക്കുകയും ചെയ്തു.

"ഓ, അതിനെന്താ, ഇത്തവണ സ്കൂളിൽ നിന്നു പോകുന്ന വിനോദയാത്രയ്ക്ക് കൂടിയാൽ പോരേ? അതിന്റെ റൂട്ടും ഫീസും മറ്റു കാര്യങ്ങളുമൊക്കെ ഓഫീസ് റൂമിനു പുറത്തുള്ള നോട്ടീസ് ബോർഡിൽ ഉണ്ടായിരുന്നല്ലോ?"

ഹക്കീമിനു കൊടുത്ത പാസ് അവൻ കൃത്യമായി തിരികെ രഞ്ജിത്തിനു തന്നെ മറിച്ചുകൊടുത്തു. ഇനി ഗോളടിച്ചാൽ മാത്രം മതി. രഞ്ജിത്ത് ഹക്കീമിനെയും നൗഷാദിനെയും മാറി മാറി നോക്കി. നൗഷാദിൽ നിന്ന് അനുകൂല പ്രതികരണമൊന്നും ഉണ്ടാകാത്തത് രഞ്ജിത്തിനെ നിരാശനാക്കിയെങ്കിലും അവൻ വിട്ടുകൊടുത്തില്ല.

"ഓ അതൊന്നും നമ്മള് കൂട്ടിയാൽ കൂടില്ല മോനേ... ഇതും പറഞ്ഞോണ്ട് എന്റെയോ നിന്റെയോ വീട്ടിലേക്ക് കേറിച്ചെന്നാൽ കവളിമടല് വെട്ടി അടിച്ചോടിക്കും. 800 രൂപയാ ഫീസ്! അല്ല നൗഷാദേ, ഞങ്ങൾ ഇത്രയുമൊക്കെ പറഞ്ഞിട്ടും നീയെന്താ ഒന്നും മിണ്ടാത്തത്?"

ആ ചോദ്യം നൗഷാദിനെ കൂടുതൽ വിഷമത്തിലാക്കി.

"അത്... ഒന്നുമില്ലെടാ, പെട്ടെന്ന് ഞാൻ എന്തൊക്കെയോ ഓർത്തുപോയി..."

"എന്താടാ... എന്തുപറ്റി?"

ഹക്കിമും രഞ്ജിത്തും ഏതാണ്ട് ഒരേ സമയത്താണ് ചോദിച്ചത്.

"അതല്ലെടാ, പണ്ടൊക്കെ എന്റെ ഉമ്മ, എവിടെ പോകുന്നോ അവിടെയെല്ലാം... എന്നെയും കൊണ്ടുപോകുമായിരുന്നു. ഇപ്പൊ ഉമ്മയ്ക്ക് വയ്യാണ്ടെ കെടക്കുമ്പോൾ ഞാനെങ്ങനാടാ ഉമ്മയെ തനിച്ചാക്കി പോകുന്നത്?"

അവർക്കിടയിൽ പെട്ടെന്ന് നിശബ്ദത പരന്നു. അൽപനേരത്തിനുശേഷം നൗഷാദ് തുടർന്നു:

"ഒരു കാര്യം ചെയ്യാം... നിങ്ങള് പോകുന്നുണ്ടെങ്കില് കാശ് ഞാനെങ്ങനേങ്കിലും ഉണ്ടാക്കാം. നിങ്ങള് രണ്ടാളും ഏതായാലും നാളെത്തന്നെ പേരു കൊടുക്കണം."

"അതൊക്കെ സമ്മതിച്ചു. പക്ഷേ, നീയില്ലാണ്ടെന്തിനാ?"

ഹക്കീമിന്റെ ചോദ്യത്തെ പൂരിപ്പിച്ചത് രഞ്ജിത്തായിരുന്നു.

"ഞങ്ങള് നിന്റെയും പേരു കൊടുക്കും. പോകുന്നെങ്കിൽ നമ്മള് മൂന്നുപേരും ഉറപ്പായിട്ടും പോകും. പിന്നെ കാലുമാറിയേക്കരുത്..."

നൗഷാദ് ആകെ ആശയക്കുഴപ്പത്തിലായി.

"എന്റെ കാര്യത്തിൽ അത്ര ഉറപ്പില്ല... എന്നാലും ഞാൻ പരമാവധി വരാൻ ശ്രമിക്കാം. ഉമ്മായ്ക്ക് എന്തെങ്കിലും ഭേദമുണ്ടെങ്കില് ഞാൻ തീർച്ചയായും വരും! ഒരു ദിവസത്തെ കാര്യമല്ലേ ഉള്ളൂ..."

കടത്തുവഞ്ചി കാത്തുനിന്ന നൗഷാദ് പെട്ടെന്ന് എന്തോ ആലോചിച്ചിട്ടെന്നപോലെ പറഞ്ഞു.

"എന്നാൽ നിങ്ങള് പൊയ്ക്കോളൂ. എനിക്ക് ലേശം പണിയുണ്ട്. പിന്നെ, യാത്രയ്ക്കുള്ള തീയതി അടുത്തുവരികയാണല്ലോ?

യാത്രയ്ക്കും വഴിച്ചെലവിനും കാശുണ്ടാക്കണ്ടേ? നിങ്ങള് തൽക്കാലം പൊയ്ക്കോ. മറ്റു കാര്യങ്ങളെക്കുറിച്ചൊന്നും ആലോചിച്ച് ഇപ്പോൾ തല പുണ്ണാക്കണ്ടാ..."

പുസ്തകസഞ്ചി ഹക്കീമിനെ ഏൽപ്പിച്ച് നൗഷാദ് ഓടി മറഞ്ഞു. നൗഷാദിന്റെ ഓട്ടം കണ്ടാലറിയാം അത് അങ്ങാടിയിലെ ഏതോ ഭാരച്ചുമടിന്റെ അടിയിലേക്കാണെന്ന്. ചിലപ്പോൾ അത് ചെന്നവസാനിക്കുന്നത് ഏതെങ്കിലും കൈവണ്ടിയുടെ മുന്നിലോ പിന്നിലോ ആയിരിക്കാം. അതുമല്ലെങ്കിൽ ഏതെങ്കിലും ഹോട്ടലിന്റെ പിന്നാമ്പുറത്തെ എച്ചിൽ പാത്രങ്ങളുടെ ഇടയിലേക്കു ചെന്നു വീഴാനും സാധ്യതയുണ്ട്.

എങ്കിലും, നൗഷാദ് അന്നേരം ചെന്നുപെട്ട ഇടങ്ങളൊന്നും ഉടനെ പണം കൊടുക്കുന്നതായിരുന്നില്ല. അഹമ്മദ് ഹാജിയുടെ കൊപ്രാക്കളത്തിൽ നിന്ന് എണ്ണച്ചക്കിലേക്കുള്ള ദൂരം പലതവണ അളന്നു തീർന്നെങ്കിലും കൂലി പിന്നത്തേക്ക് മാറ്റിവച്ചു. മുരുകാനന്ദഭവനിലെ ക്യാഷ് കൗണ്ടറിലിരുന്ന അളഗപ്പ സാമിയും അതുതന്നെ പറഞ്ഞു.

ഒടുവിൽ, വിൻസെന്റ് ഡോക്ടറുടെ മകളുടെ കല്യാണത്തിന് ആ വീട്ടിലെ അല്ലറ ചില്ലറ പണികൾ ചെയ്തതും, കൊച്ചുകുട്ടൻ മുതലാളിയുടെ ഒരിക്കലും നാട്ടിലേക്കു വരാത്ത ഗൾഫുകാരൻ മരുമകന്റെ വീടിന്റെ പെയിന്റടിക്കാൻ സഹായിയായി കൂടിയതും നൗഷാദിനെ തുണച്ചു. വിനോദയാത്രയ്ക്ക് പണം കൊടുക്കേണ്ട അവസാന തീയതിക്കു മുമ്പുതന്നെ രണ്ടായിരത്തി നാനൂറ് രൂപയും യശോദ ടീച്ചറുടെ പക്കൽ ഏൽപ്പിച്ച് മൂന്നുപേരും സീറ്റുകൾ ഉറപ്പുവരുത്തി.

പിന്നീട് യാത്രക്കുള്ള കാത്തിരിപ്പിലായിരുന്നു എല്ലാവരും. ദിവസങ്ങൾ ഐസ്ക്രീം പോലെ വളരെവേഗം അലിഞ്ഞുപോയി.

എങ്കിലും, വിനോദയാത്ര പുറപ്പെടുന്ന ദിവസം അത്ര സുഖകരമായ അനുഭവമായിരുന്നില്ല ആ കുട്ടികൾക്ക്.

16

പുലർച്ചെ അഞ്ചരയ്ക്കായിരുന്നു യാത്ര പുറപ്പെടാൻ തീരുമാനിച്ചിരുന്നത്. അതുകൊണ്ടുതന്നെ രഞ്ജിത്തും ഹക്കീമും സ്കൂൾ കടവിനടുത്ത് താമസിക്കുന്ന വഞ്ചിക്കാരൻ ഗോപാലേട്ടന്റെ വീട്ടിൽ തലേന്നുതന്നെ വന്നു കിടന്നു. മാത്രമല്ല, രാവിലെ അഞ്ചു മണിക്ക് മുമ്പുതന്നെ സ്കൂൾ ഗ്രൗണ്ടിൽ എത്തിച്ചേരുകയും ചെയ്തു.

എങ്കിലും, അവർ എത്തുന്നതിനു മുമ്പുതന്നെ ഏകദിന വിനോദയാത്രയുടെ ബാനർ കെട്ടിയ സ്കൂൾ ബസ്സ് ഗ്രൗണ്ടിൽ പാർക്ക് ചെയ്തിട്ടുണ്ടായിരുന്നു. മൂന്നുനാല് കുട്ടികൾ ബസ്സിനെ ചുറ്റിപ്പറ്റി നിൽക്കുകയും ചെയ്യുന്നുണ്ടായിരുന്നു. യശോദ ടീച്ചറുടെ കണിശതയെക്കുറിച്ച് അറിയാവുന്ന ഡ്രൈവറും ക്ലീനറും യാത്രയ്ക്ക് തയ്യാറായി നിൽക്കുന്നതു കണ്ടപ്പോൾ രഞ്ജിത്തിനും ഹക്കീമിനും ആശ്വാസത്തേക്കാളേറെ അസ്വസ്ഥതയാണുണ്ടായത്. പുലർച്ചെ അഞ്ചുമണിക്കുമുമ്പുതന്നെ എത്താമെന്ന് ഏറ്റിരുന്ന നൗഷാദിനെ അവിടെയെങ്ങും കാണാനില്ല.

"ശ്ശെ, ഈ നൗഷാദിന്റെയൊരു കാര്യം. എപ്പോഴും അവൻ ഇങ്ങനെ തന്നെ. കൃത്യസമത്ത് ആളെ കാണില്ല..."

രഞ്ജിത്തിന്റെ ആകാംക്ഷയെ പൂരിപ്പിച്ചത് ഹക്കീമായിരുന്നു.

"വെറുതെ, മനുഷ്യനെ ടെൻഷനടിപ്പിക്കാൻ.... ഈ ചങ്ങാതീടെ ഒരു കാര്യം...."

"ഹൊ! അഞ്ചരയായാൽ... ആ യശോദ ടീച്ചറ് ബഹളം വയ്ക്കാനും തുടങ്ങും..."

"ഒന്നു വേഗം വന്നാൽ മതിയായിരുന്നു.!"

അഞ്ചരയ്ക്കായിരുന്നു പുറപ്പെടേണ്ടിയിരുന്നതെങ്കിലും ആറുമണിയായിട്ടും യശോദ ടീച്ചർ കടുത്ത ഭാഷയിൽ ഒന്നും പറഞ്ഞില്ല.

എന്തോ പന്തികേടുണ്ടെന്നു തോന്നിയെങ്കിലും രഞ്ജിത്തും ഹക്കീമും ഒന്നും മിണ്ടിയില്ല. ഇനി യശോദ ടീച്ചറും നൗഷാദിനെ കാത്തു നിൽക്കുകയാണോ എന്ന് അവർക്ക് തോന്നിപ്പോയി. പുറമെ കാണിക്കുന്ന ഗൗരവം യശോദടീച്ചറുടെ ഉള്ളിൽ ഉണ്ടോയെന്ന് അവർ സംശയിച്ചു. അതിനിടയിൽ, നവീൻ വന്ന് എന്തോ ടീച്ചറോട് സ്വകാര്യമായി പറഞ്ഞു. അൽപനേരം കഴിഞ്ഞപ്പോൾ അതെന്താണെന്ന് എല്ലാവർക്കും ബോധ്യമായി.

"ഇനിയും ആർക്കുവേണ്ടിയും വെയ്റ്റ് ചെയ്യാൻ വയ്യാ. ഇപ്പോൾത്തന്നെ ഒരു മണിക്കൂർ വൈകി. നമുക്ക് പുറപ്പെടാം. കുട്ടികളെല്ലാവരും വേഗം വണ്ടിയിൽ കയറൂ!"

രഞ്ജിത്ത് കഴിയുന്നത്ര വേഗത്തിൽ യശോദ ടീച്ചറുടെ അടുത്തെത്തി.

"ടീച്ചർ, ടീച്ചർ... പ്ലീസ് ടീച്ചർ... നൗഷാദും കൂടി വന്നിട്ടു പോകാം ടീച്ചർ..."

അപ്പോഴേക്കും ഹക്കീമും അവിടെ എത്തിയിരുന്നു.

"അവർ വരും, ടീച്ചർ... ഉറപ്പായും വരും. കുറച്ചുനേരം കൂടി... പ്ലീസ് ടീച്ചർ..."

യശോദ ടീച്ചർ അക്ഷമയോടെ വാച്ചിലേക്ക് നോക്കിക്കൊണ്ട് എല്ലാ കുട്ടികളോടും വണ്ടിയിൽ കയറാൻ ആംഗ്യരൂപേണ നിർദ്ദേശിച്ചു. ഉത്സാഹത്തോടെ കയറുന്നവരും മടിച്ചുമടിച്ച് വണ്ടിയിൽ കയറുന്നവരും അക്കൂട്ടത്തിലുണ്ടായിരുന്നു. എല്ലാവരും വണ്ടിയിൽ കയറിയിട്ടും യശോദ ടീച്ചർ കുറേ നേരത്തേക്ക് വണ്ടി പുറപ്പെടാൻ നിർദ്ദേശം നൽകിയില്ല. ഒടുവിൽ, ഒരു ദീർഘനിശ്വാസത്തിന്റെ അകമ്പടിയോടെയാണ് ടീച്ചർ ഡ്രൈവർക്ക് വണ്ടി വിടാൻ നിർദ്ദേശം നൽകിയത്.

"എന്നാലിനി പുറപ്പെടാം. ഇനിയും അവനുവേണ്ടി കാത്തുനിന്നിട്ട് കാര്യമില്ല. അവൻ വരുമെന്നു തോന്നുന്നില്ല."

"ഈ യശോദ ടീച്ചർക്കു മാത്രമെന്താടാ ഇങ്ങനത്തെ സ്വഭാവം? ആ കുമാരൻ മാഷിനെ കണ്ടോ, മാഷും നമ്മളോടൊപ്പം വരാനുള്ളതാ. പക്ഷേ, കൂൾ കൂളായിട്ട് ചുമ്മാ ഒരിടത്ത് ഒതുങ്ങി നിൽക്കുന്നത് കണ്ടോ?"

രഞ്ജിത്ത് ഹക്കീമിനോട് സ്വകാര്യമായി ചോദിച്ചു, അതിനുള്ള മറുപടിപോലെ പതിഞ്ഞ സ്വരത്തിൽ ഹക്കീം ഒരു രഹസ്യം വെളുപ്പെടുത്തി.

"നിനക്കറിയില്ലേ, യശോദ ടീച്ചർക്ക് മക്കളില്ല! അതുകൊണ്ടായിരിക്കും എല്ലാവരോടും ഇത്രയും ദേഷ്യം കാണിക്കുന്നത്..."

"പോടാ, അത് നിനക്ക് ടീച്ചറെ ശരിക്കും അറിയാൻ പാടില്ലാത്തതുകൊണ്ടാണ്. മറ്റുള്ള ടീച്ചർമാരെ അപേക്ഷിച്ചു നോക്കുമ്പോൾ യശോദ ടീച്ചർ പാവമാണ്... പഞ്ചപാവം! പിന്നെ, ഈ ബഹളം കാണിക്കുന്നതൊക്കെ വെറും അഭിനയമല്ലേ... ചില ടീച്ചർമാർ അങ്ങനെയാണ്. മറ്റുള്ളവരുടെ വിമർശനങ്ങളും കുത്തുവാക്കുകളും ഒഴിവാക്കാനുള്ള അടവായിരിക്കും അവരുടെ കർക്കശ സ്വഭാവം..."

രഞ്ജിത്ത് പറഞ്ഞതു കേട്ടതോടെ ഹക്കീമിന് വീണ്ടും പ്രതീക്ഷ തോന്നി. അവർ വീണ്ടും യശോദ ടീച്ചറുടെ അടുത്തുകൂടി.

"ടീച്ചർ, ടീച്ചർ... ഒരു പത്തുമിനിട്ടുകൂടി നോക്കാം ടീച്ചർ... ഞങ്ങൾക്കെല്ലാം യാത്രയ്ക്ക് പണം സംഘടിപ്പിച്ചു തന്നതുപോലും അവനാണ് ടീച്ചർ പ്ലീസ്... പ്ലീസ്... ടീച്ചർ..."

യശോദ ടീച്ചർ നിസ്സഹായതയോടെ അവരെ നോക്കി.

"അതൊക്കെ എനിക്കുമറിയാം കുട്ടികളേ! ഞാനും അങ്ങനെയൊക്കെ കേട്ടിരുന്നു. പക്ഷേ, നിങ്ങൾ എന്തൊക്കെ പറഞ്ഞാലും ഇനി കാത്തുനിൽക്കാൻ വയ്യ, പുറപ്പെടാൻ വൈകിയാൽ നമ്മൾ മടങ്ങിയെത്താനും വൈകും. അതുകൊണ്ടാ കുട്ടികളേ... ഞാൻ ഇങ്ങനെയൊക്കെ പറഞ്ഞുപോകുന്നത്..."

രഞ്ജിത്തും ഹക്കീമിനും മറുപടിയുണ്ടായില്ല. വിനോദയാത്രയായിരുന്നിട്ടുകൂടി ആ ബസ്സിനുള്ളിലുണ്ടായിരുന്ന മിക്കവരുടെയും

മുഖത്ത് ഉത്സാഹമോ തെളിച്ചമോ ഉണ്ടായിരുന്നില്ല. നൗഷാദിന്റെ അസാന്നിധ്യം രഞ്ജിത്തിനെയും ഹക്കീമിനെയും മാനസികമായി തളർത്തി.

'എന്തുകൊണ്ടായിരിക്കും നൗഷാദ് വരാതിരുന്നത്?'

'എന്തായിരിക്കും നൗഷാദിന് സംഭവിച്ചത്?'

ഉത്തരം കിട്ടാതെ അലയുന്ന അസംഖ്യം ചോദ്യങ്ങൾ അന്നേരം ആ ബസ്സിനുള്ളിൽ അരൂപികളെപ്പോലെ പാറിനടന്നു.

17

പിന്നെയും ഒരാഴ്ച കഴിഞ്ഞാണ് നൗഷാദ് സ്കൂളിലേക്ക് മടങ്ങിയെത്തിയത്. സ്കൂളിൽ പുതുതായി അഡ്മിഷനെടുത്ത കുട്ടിയെപ്പോലെയായിരുന്നു അപ്പോഴുള്ള അവന്റെ പെരുമാറ്റം. ഒമ്പത് ബിയിലെ സഹപാഠികളും നൗഷാദിനോട് മുമ്പുള്ളതുപോലെ അടുപ്പം കാട്ടിയില്ല.

രഞ്ജിത്തിനെയും ഹക്കീമിനെയും അവസാന ബെഞ്ചിൽ നിന്ന് മാറ്റിയിരുത്തിയതിനാൽ നൗഷാദിനോട് ഏതെങ്കിലും തരത്തിൽ സംസാരിക്കാൻ കഴിഞ്ഞതുമില്ല. ഹാജരെടുക്കുമ്പോഴോ, ഹാജരെടുത്തുകഴിഞ്ഞോ യശോദ ടീച്ചർ നൗഷാദിനോട് യാതൊരുവിധ വിശദീകരണങ്ങളും തേടിയില്ല. ആ ദിവസങ്ങളിൽ യശോദ ടീച്ചർ നിസംഗതയോടെയാണ് എല്ലാവരോടും പെരുമാറിയത്. എങ്കിലും, അന്നേദിവസം പഠിപ്പിച്ചുതുടങ്ങും മുമ്പ് നൗഷാദിനെ രൂക്ഷമായി നോക്കിയിട്ട് പറഞ്ഞു.

“ഇന്റർവെല്ലിന് ബെല്ലടിക്കുമ്പോൾ നൗഷാദ് സ്റ്റാഫ് റൂമിലേക്ക് വരണം.”

നൗഷാദ് തലകുലുക്കിയതല്ലാതെ ഒന്നും പറഞ്ഞില്ല.

നൗഷാദിന്റെ മുഖം വിളറി വെളുത്തതുപോലെ ശാന്തമായിരുന്നെങ്കിലും, ഇടവേളയ്ക്കുള്ള മണിയൊച്ച കേൾക്കുന്നതുവരെ രഞ്ജിത്തിനും ഹക്കീമിനും ഇരിപ്പുറച്ചില്ല.

നൗഷാദിനൊപ്പം സ്റ്റാഫ് റൂമിലേക്ക് രഞ്ജിത്തും ഹക്കിമും പോയെങ്കിലും, വഴിമധ്യേ അവർ ചോദിച്ച ചോദ്യങ്ങൾക്കൊന്നും നൗഷാദ് മറുപടികൊടുത്തില്ല. ചില ചോദ്യങ്ങൾക്കുള്ള ഉത്തരം ഒറ്റപ്പെട്ട നീണ്ട മൂളലുകളിൽ ഒതുക്കുകയും ചെയ്തു. അപ്പോഴേക്കും എവിടെ നിന്നോ അപ്രതീക്ഷിതമായി എത്തിയ ചാറ്റൽ മഴ അവ

രെ വാശിയോടെ പൊതിഞ്ഞു. നൗഷാദിന്റെ ഉള്ളിൽ കാര്യമായെന്തോ അടിഞ്ഞുകൂടി കിടപ്പുണ്ടെന്നു മനസ്സിലാക്കിയ കൂട്ടുകാർ പിന്നീട് അവനോട് ഒന്നും ചോദിച്ചില്ല.

അതേസമയം, സ്റ്റാഫ്റൂം ഒരു കോടതിമുറിയായി രൂപാന്തരപ്പെട്ടു കഴിഞ്ഞിരുന്നു. മുഴുവൻ അധ്യാപകരുടെയും സാന്നിധ്യം അവിടെയുണ്ടായിരുന്നതുകൊണ്ടുതന്നെ രൂക്ഷമായ ഭാഷയിലാണെങ്കിലും പതിഞ്ഞ ശബ്ദത്തിലായിരുന്നു യശോദ ടീച്ചർ നൗഷാദിനോട് സംസാരിക്കാൻ തുടങ്ങിയത്.

"നീ... നീയെന്താ വിചാരിച്ചത്... നീ... നീയെന്താ കഴിഞ്ഞ ദിവസം യാത്രയ്ക്കു വരാതിരുന്നത്? എല്ലാവരും... കുട്ടികളും അധ്യാപകരും... എല്ലാവരും... നിനക്കുവേണ്ടി ഏതാണ്ട് രണ്ടുമണിക്കൂർ കാത്തുനിന്നു. എന്നിട്ട് ഞങ്ങളെ ഒന്നറിയിക്കുകപോലും ചെയ്യാതെ... നീ എവിടേക്കാ മുങ്ങിയത്? ഇറെസ്പോൺസിബിൾ ഇഡിയറ്റ്! നീ... നീ ആരാണെന്നാ നിന്റെ വിചാരം?.... നിന്റെ ഫാദറിനെന്താ പണി? അയാളോട് ഇവിടെ വരെയൊന്നും വരാൻ പറയൂ... കഴിയുമെങ്കിൽ നാളെത്തന്നെ. ബാക്കി ഞാൻ അയാളോടു പറയാം..."

യശോദ ടീച്ചർ അന്നേരം ആലിലപോലെ വിറയ്ക്കുന്നുണ്ടായിരുന്നു. അപ്പോഴും നൗഷാദ് ഒരു കുറ്റവാളിയെപ്പോലെ തലയും കുമ്പിട്ട് നിന്നതേയുള്ളൂ.

സ്റ്റാഫ് റൂമിനു പുറത്തെ വാതിലിനോടു ചേർന്ന് രഞ്ജിത്തും ഹക്കീമും എല്ലാ കണ്ടും കേട്ടും അനങ്ങാതെ നിൽക്കുകയായിരുന്നു. അപ്പോഴേക്കും പുറത്തെ മഴയ്ക്ക് ശക്തികൂടിയിരുന്നു.

"ടീച്ചർ, നമ്മുടെ ക്ലാസ്സിലെ മിക്ക കുട്ടികളുടെയും വീടുകളിൽ ഗൃഹസന്ദർശനത്തിന് പോയിട്ടുണ്ടല്ലോ... എന്റെ വീട്ടിൽ ഇതേവരെ വന്നിട്ടില്ല. വന്നിരുന്നെങ്കിൽ കാര്യങ്ങളൊക്കെ കൃത്യമായി മനസ്സിലാക്കാമായിരുന്നു..."

നൗഷാദിന്റെ മറുപടി കേട്ടതോടെ യശോദ ടീച്ചറുടെ ശബ്ദം കൂടുതൽ രൂക്ഷമായി:

"ഓഹോ, അതുശരി അതോണോ ഞാൻ ചോദിച്ച ചോദ്യത്തിനുള്ള മറുപടി... മാത്രമല്ല, നീ വല്ലപ്പോഴുമല്ലേ സ്കൂളിൽ വരാറുള്ളൂ..."

നൗഷാദ് വീണ്ടും കുറേനേരത്തേക്ക് നിശബ്ദനായി.

"എന്റെ ഉപ്പായ്ക്ക് വരാൻ കഴിയില്ല... ടീച്ചർ, ഉപ്പ..."

പെട്ടെന്ന് എന്തോ ആലോചനകളിൽ നിന്ന് ഉണർന്നതുപോലെ നൗഷാദ് പറഞ്ഞു.

"അതെന്താകാര്യം?"

"അത്... ടീച്ചറേ, എന്റെ ഉപ്പ..."

നൗഷാദിന്റെ വാക്കുകൾ ഇടയ്ക്കുവച്ച് മുറിഞ്ഞു. അവൻ ഓർമയുടെ കുത്തൊഴുക്കിലേക്ക് തെന്നിവീഴുകയായിരുന്നു. അന്നേരം കേട്ട നൗഷാദിന്റെ ശബ്ദം അവന്റെ ഭൂതകാലത്തിൽനിന്നു വന്നതായിരുന്നു. കാറും കോളും നിറഞ്ഞ ദിവസം പുഴയിലൂടെ ഒറ്റയ്ക്ക് വഞ്ചിയൂന്നിപ്പോകുന്നതുപോലെ, യാതൊരു അടുക്കും ചിട്ടയുമില്ലാതെ അവൻ പറഞ്ഞു തുടങ്ങി.

"അത്... ടീച്ചറേ, ഉപ്പ... ന്റെ ഉപ്പ നല്ലൊരു കൃഷിക്കാരനായിരുന്നു. ഞാൻ മൂന്നാം ക്ലാസ്സിൽ പഠിക്കുമ്പോൾ.... പെട്ടെന്നൊരു ദിവസം... എനിക്കും ഉമ്മയ്ക്കും ഒരു വറ്റുപോലും തരാതെ ഉപ്പ, വീട്ടിലുണ്ടായിരുന്ന ചോറു മുഴുവൻ കഴിച്ചു. അതിന്റെ പിറ്റേന്ന് രാവിലെ ബാങ്കുകാര് വന്ന് എന്നേം ഉമ്മേനേം വീട്ടിന്നെറക്കി. അത് ജപ്തിയായിരുന്നു എന്നൊന്നും എനിക്കന്ന് അറിയില്ലായിരുന്നു. പിന്നെ...."

പിന്നീടുള്ള വാക്കുകൾ അവ്യക്തമായിട്ടാണ് അവനിൽനിന്ന് പുറത്തേക്കു വന്നത്.

"...ഉപ്പ അപ്പോഴേക്കും ഈ ലോകം വിട്ടുപോയിരുന്നു... ഞങ്ങളെ തനിച്ചാക്കി..."

യശോദ ടീച്ചർ ഭാവമാറ്റം പ്രകടിപ്പിക്കാതെ നൗഷാദിനെ അടുത്തേക്ക് വിളിച്ചിട്ട് സൗമ്യമായി ചോദിച്ചു:

"ശരി അപ്പോൾ ഉമ്മയോ?"

നൗഷാദ് വീണ്ടും ഓർമകളിലേക്ക് മടങ്ങിപ്പോയി.

"പിന്നീട് ഉമ്മ ഓരോ വീടുകളിൽ വീട്ടുവേലയ്ക്ക് പോയിത്തുടങ്ങി.., എന്നെയുംകൊണ്ട്..."

ഒരു നിമിഷം നിർത്തിയിട്ട്, കണ്ണീരിൽ കുതിർന്ന ചിരിയോടെ നൗഷാദ് തുടർന്നു:

"അതായിരുന്നു എന്റെ വിനോദയാത്രകളുടെ തുടക്കം. ഉമ്മയ്ക്കു തീരെ വയ്യാണ്ടായി കിടപ്പിലായതോടെ ഞാനും ചെറുതായി പണിക്കു പോയിത്തുടങ്ങി... പക്ഷേ, അതുകൊണ്ട് പഠിത്തമൊന്നും ഇതേവരെ ഞാൻ ഉഴപ്പീട്ടില്ല ടീച്ചറേ... എന്താന്നറിയുവോ, എ

ന്റെ പഠിത്തവും വായനയും എഴുത്തുമൊക്കെ രാത്രിയിലാ... മിക്കവാറും ഉമ്മ ഉറങ്ങിക്കഴിഞ്ഞ്. എനിക്ക്... എന്തെങ്കിലുമൊക്കെ ആയിത്തീരണമെന്നുണ്ട് ടീച്ചർ. ഉറപ്പായും, ഞാൻ എന്തെങ്കിലുമൊക്കെ ആയിത്തീരും. അതിനുള്ള ഒരേയൊരു കുറുക്കുവഴി, നന്നായി പഠിക്കുകയാണെന്നും എനിക്കറിയാം. എനിക്ക്... എനിക്ക് പെട്ടെന്ന് പണക്കാരനാവുകയൊന്നും വേണ്ടാ! എനിക്കാദ്യം ഞാനാകണം..."

പെട്ടെന്ന് സംസാരം നിർത്തി, അവൻ കൈവശമുണ്ടായിരുന്ന ഒരു നോട്ട്ബുക്ക് ടീച്ചർക്കുനേരെ നീട്ടി. അതിന്റെ ഉള്ളടക്കം നൗഷാദിന്റെ ജീവിതമായിരുന്നു.

18

"ഞാൻ പറഞ്ഞതൊന്നും വെറുതെയല്ല, ടീച്ചർ എന്തെങ്കിലും സംശയമുണ്ടെങ്കിൽ ടീച്ചർ ഈ ബുക്കൊന്ന് മറിച്ചു നോക്കിക്കോളൂ,.."

നോട്ടുബുക്ക് യശോദ ടീച്ചറുടെ നേരെ നീട്ടിയെങ്കിലും, ടീച്ചർ അന്നേരം അത് വാങ്ങിയില്ല. പെട്ടെന്ന് എന്തോ ഓർത്തിട്ടെന്ന പോലെ നൗഷാദ് തുടർന്നു.

"...ഉമ്മ പോകുന്നിടത്തൊക്കെ എന്നെയും കൊണ്ടുപോകുമായിരുന്നു... ഇനീപ്പോ ഞാൻ വേണം ഉമ്മയെ കൊണ്ട് നടന്ന് കാഴ്ചകൾ കാണിക്കാൻ..."

അതുപറയുമ്പോൾ നൗഷാദ് വേദനയോടെ നെഞ്ചിൽ കൈകൾ അമർത്തുന്നത് എല്ലാവരും കണ്ടു. പിന്നീടുള്ള നൗഷാദിന്റെ വാക്കുകൾ കേൾവിക്കാരുടെ നെഞ്ചിൽ ആണിപോലെ തറഞ്ഞു കയറി.

"ടീച്ചറേ, നിങ്ങൾ വിനോദയാത്ര പോയതിന്റെ തലേന്നു രാത്രി.... ന്റെ... ന്റെ ഉമ്മയും എന്നെ കൂട്ടാതെ... ഈ ലോകത്തുനിന്ന് യാത്ര പറഞ്ഞുപോയി... അതുകൊണ്ടാ... ടീച്ചറേ ഞാൻ... വരാതിരുന്നത്... അതല്ലാതെ..."

അപ്പോഴേക്കും നൗഷാദിന്റെ കൈവശമുണ്ടായിരുന്ന നോട്ട്ബുക്ക് നിലത്തുവീഴുകയും അതിൽ നിന്ന് ഒരു മയിൽപ്പീലി പുറത്തേക്ക് തലനീട്ടുകയും ചെയ്തു. യശോദ ടീച്ചർ ആ ബുക്കെടുത്ത് മയിൽപ്പീലി അടയാളമായി ഇരുന്ന ഭാഗത്ത് എഴുതിയിരുന്ന വരികൾ നോക്കി. എന്നിട്ട് നൗഷാദ് ബാബുവിനെ അരികിലേക്ക് ചേർ

ത്തുനിർത്തി.

"നൗഷാദ് ബാബൂ, നീയൊരു മയിൽപ്പീലിയാണ്. മാനം കാണിക്കാണ്ട് നെഞ്ചോട് ചേർത്തുവയ്ക്കേണ്ട ഒരു മയിൽപ്പീലി!"

നൗഷാദിന്റെ നോട്ടുബുക്കിൽ കണ്ട കവിത, വിറയാർന്ന ശബ്ദത്തിൽ ഒപ്പമുള്ളവർക്കും കേൾക്കാൻ പാകത്തിൽ യശോദ ടീച്ചർ വായിക്കാൻ തുടങ്ങി. യശോദ ടീച്ചറെ നൊമ്പരപ്പെടുത്തുന്ന ഇടങ്ങളിലൊക്കെ കവിത മുറിഞ്ഞുപോകുന്നുണ്ടായിരുന്നു.

"എല്ലാവരും കേൾക്കണേ, എന്റെ മയിൽപ്പീലിക്കുട്ടൻ എഴുതിയ കവിത...

കവിതയുടെ പേര്: ദൈവത്തിന്റെ നിറം.

പറുദീസയിൽ,
ഞാനൊഴികെ എല്ലാവരും വെളുത്തവരായിരുന്നു,
കടലാസുപോലെ വെളുത്ത നിറമുള്ളവർ, മിനുമിനുപ്പുള്ളവർ.
എനിക്കുമുണ്ടായിരുന്നു പേരിനും വേണ്ടി വെളുപ്പ്,
തൊലിയിലല്ല; പേരിൽ മാത്രം.
'വെളുമ്പൻ!'
കുട്ടിക്കാലത്ത്, എന്റെ കരിംതൊലിക്കടിയിലെ
വെളുപ്പ് കാണാൻ
ആനയെ കുളിപ്പിക്കുന്ന തോട്ടിൽ
ചകിരിയും പാറയും അമർത്തിയുരച്ച് കുളിപ്പിച്ച്,
അമ്മ നിരാശപ്പെടുന്നത് ഞാൻ കണ്ടിട്ടുണ്ട്...
എന്റെ ഇത്തിരിക്കണ്ണീരിൽ,
ആനയോ പുഴയോ തോണിയോ പാലമോ കുലുങ്ങിയില്ല.
അമ്മ മാത്രം,
കപ്പകഴിക്കുമ്പോൾ മാത്രം,
ഉപ്പുനീരില്ലാത്തതുകൊണ്ടുമാത്രം കരയുമായിരുന്നു.
ഇപ്പോൾ, ഞാൻ കരയുന്നതിനും മുമ്പ് ദൈവം ഇറങ്ങിവന്നു;
'മനുഷ്യൻ ചിലപ്പോൾ വെളുത്ത കടലാസുപോലെയാണ്;
കത്തുമ്പോൾ കാണാം തനിനിറം

പക്ഷേ, എന്റെ അതിശയം ഇതൊന്നുമല്ല,

ദൈവത്തിന് എന്റെ നിറമായിരുന്നു!"

കവിത വായിക്കുന്നത് നിർത്തിയ യശോദ ടീച്ചർ ചുറ്റുമുണ്ടായിരുന്നവരെ നോക്കി. ഒന്നും പറയാനാവാതെ തീഗോളം വിഴുങ്ങിയതുപോലെ നിൽക്കുകയായിരുന്നു യശോദ ടീച്ചറുടെ സഹപ്രവർത്തകർ. യശോദ ടീച്ചർ നൗഷാദിനെ കൂടുതൽ ചേർത്തു നിർത്തി.

"ഇതൊരു പളുങ്കുപാത്രമാണ്. ഇനി ഈ പളുങ്കുപാത്രത്തെ ഇനി ഞാൻ ആർക്കും വിട്ടുകൊടുക്കില്ല.. ഇവനെ എനിക്കുവേണം..."

യശോദടീച്ചർ പറഞ്ഞതുകേട്ട് ഒപ്പമുണ്ടായിരുന്നവർ പരിസരം മറന്ന് കൈയടിച്ചു. നൗഷാദിന്റെ കവിത വായിച്ചതോടെ യശോദ ടീച്ചർക്ക് എന്തുപറ്റിയെന്ന ആകാംക്ഷയായിരുന്നു രഞ്ജിത്തിന്.

"എടാ, പൊട്ടാ അത് സ്നേഹമാണെടാ, സ്നേഹപ്രകടനം കണ്ടാൽ തിരിച്ചറിയാത്ത പൊട്ടൻ. ഇന്നാളൊരിക്കൽ ഗോമതി ടീച്ച

റുടെ ക്ലാസ്സിൽ നൗഷാദ് സ്നേഹത്തക്കുറിച്ചു പറഞ്ഞത് നീ മറന്നുപോയോ?

ഹക്കീമിന്റെ മറുപടിയിൽ രഞ്ജിത്ത് മുഖം കുനിച്ചു. എങ്കിലും, പെട്ടെന്ന് എന്തോ ഓർത്തിട്ടെന്നപോലെ ചോദിച്ചു.

"അല്ല ഹക്കീമേ, എനിക്കൊരു സംശയം... ശരിക്കും 'ദൈവത്തിന്റെ നിറം' എന്തായിരിക്കും?"

ചോദിച്ചത് അബദ്ധമായെന്ന തോന്നൽ ഉള്ളിൽ നിന്ന് തികട്ടി വന്നതുകൊണ്ട് പുറത്തു പെയ്യുന്ന പെരുമഴയിലേക്ക് രഞ്ജിത്ത് എടുത്തുചാടി; ഒപ്പം ഹക്കീമും.

അന്നേരം സ്റ്റാഫ് റൂമിനുള്ളിൽ നൗഷാദ് അന്നുവരെ അനുഭവിച്ചിട്ടില്ലാത്ത തോരാമഴ നനഞ്ഞു തുടങ്ങിയിരുന്നു. അതിന് മയിൽപ്പീലിയുടെ നിറവും വാത്സല്യത്തിന്റെ തണുപ്പും ഉണ്ടായിരുന്നു.

****

നിലയ്ക്കാത്ത കൈയടികളുടെ അകമ്പടിയിൽ യശോദ ടീച്ചർ മയിൽപ്പീലിക്കുട്ടന്റെ കഥ പറഞ്ഞവസാനിപ്പിച്ചു. എന്നിട്ട് കൂട്ടിച്ചേർത്തു:

"എന്തുചെയ്യാം, എന്റെ മയിൽപ്പീലിക്കുട്ടൻ ഒരിടത്തും കൃത്യസമയത്ത് എത്തുകയില്ലെന്ന് ഇപ്പോൾ നിങ്ങൾക്കും മനസ്സിലായിക്കാണുമല്ലോ? ഈ ചടങ്ങിനെങ്കിലും അവൻ കൃത്യസമയത്ത് എത്തുമെന്നു കരുതിയതാണ്. എന്നിട്ട് ഇപ്പോഴാണ് വന്നിരിക്കുന്നത്; അതും അംഗരക്ഷകർക്കൊപ്പം. ഈ പന്തലിന്റെ ഏറ്റവും പിന്നിൽ ഒളിച്ചു നിൽക്കുകയാണ്, പാവം... ഞാൻ വഴക്ക് പറയുമെന്നു കരുതി. അന്നത്തെപ്പോലെ തന്നെ ഒരുപാട് ജോലിത്തിരക്കുള്ളയാളാണ് ഇപ്പോഴും... അന്ന് അവൻ പണത്തിനു വേണ്ടി ഒരുപാട് അലഞ്ഞു. ഇന്ന് അവന്റെ കൈയൊപ്പുണ്ടെങ്കിലേ പണത്തിനു പോലും വിലയുള്ളൂ... ആളെ മനസ്സിലായില്ലേ നിങ്ങൾക്ക്? അതെ, നമ്മുടെ റിസർവ് ബാങ്ക് ഗവർണർ നൗഷാദ് ബാബു തന്നെയാണ് എന്റെ മയിൽപ്പീലിക്കുട്ടൻ!

...എന്റെ ശബ്ദം കേട്ടുകൊണ്ടിരിക്കുന്ന പ്രിയപ്പെട്ട കുട്ടികളേ,

മനസ്സിൽ നന്മയും ലക്ഷ്യബോധവും ഉണ്ടെങ്കിൽ... നന്നായി പഠിക്കാൻ തയ്യാറാണെങ്കിൽ നിങ്ങളുടെ ഏത് ആഗ്രഹവും നിങ്ങളെ തേടിവരും..."

അന്നേരം, മയിൽപ്പീലിയുടെ നിറവും വാൽസല്യത്തിന്റെ തണുപ്പുമുള്ള മഴ എല്ലാവരും നനഞ്ഞു.

•••